ஃபியோதர் தஸ்தயேவ்ஸ்கி

வெண்ணிற இரவுகள்

ரா. கிருஷ்ணய்யா

நூல் ஆயுதம்
பப்ளிகேஷன்ஸ்

வெண்ணிற இரவுகள்

(நாவல்)

ரா. கிருஷ்ணய்யா©

VENNIRA IRAVUGAL

(Novel)

Ra. Krishnayya©

Edition: May 2026

ISBN: 978-93-93188-03-8

Pages: 96 Price: Rs.150

Published by:

Nool Aayudham Publications
No. 126/141, St. Mary's Road, Alwarpet,
Chennai - 600 018, Mobile: 95000 70183
Email: noolaayudhampublications@gmail.com

Cover Design & Layout: Visual Vinodh

நின்காதல் நிழல் தன்னில் நின்று மகிழ்வோம், மின்னி மறையும் கண்ணிமைப் பொழுதெனினும் போதுமது என்றெண்ணிப் பிறந்தானோ? -இவான் துர்கேனேவ்

முதல் இரவு

அது இனிமையான ஓர் இரவு; அருமை வாசகரே, இளம் வயதில் மட்டுமே நாம் அறியக்கூடிய ஓர் இரவு. வானத்தில் அப்படி விண்மீன்கள் நிறைந்திருந்தன, அவ்வளவு நிர்மலமாக ஒளிர்ந்தது வானம் - அதைப் பார்க்கையில் இப்படிப்பட்ட ஒரு வானத்தின்கீழ் பல வகையான முசுடுகளும் மூர்க்கர்களும் எப்படி வாழ முடிகிறது என்கிற கேள்வி நிச்சயம் உங்கள் மனதில் எழவே செய்யும். இந்தக் கேள்வியுங்கூட இளம் வயதுக்குரியதுதான்; அருமை வாசகரே, மிகமிக இளம் வயதுக்குரியது. ஆனால் இது போன்ற கேள்விகள் அடிக்கடி உங்கள் மனதில் எழுந்து உறுத்தும்படி ஆண்டவன் அருள் புரிவாராக! பலவகையான முசுடுகளையும் மூர்க்கர்களையும் பற்றிப் பேசப் புகும் நான் அன்று பகல் முழுதும் என் நடத்தை போற்றத்தக்கவாறு சிறப்பாய் இருந்ததை நினைவு கூராமல் இருப்பதற்கில்லை. காலையிலிருந்தே விபரீதமான ஒருவகை ஏக்கத்தால் பீடிக்கப்பட்டிருந்தேன். எல்லோரும் என்னைக் கைவிட்டுச் செல்வதாக, எல்லோரும் என்னைத் துறந்துவிட்டுப்

போவதாகத் திடுமென எனக்குத் தோன்றியது. யார் இந்த எல்லோரும் என்கிற கேள்வி நியாயமாகவே எழுகிறது. ஏனெனில் எட்டு ஆண்டுகளாக நான் பீட்டர்ஸ்பர்கில் வசித்து வருகிறேன், அப்படியும் இங்கு எனக்கு நண்பர்கள் யாரும் இல்லை, ஒருவரோடு கூட என்னால் நண்பனாக முடியவில்லை. ஆனால் நான் ஏன் எவரையும் தனிப்பட்ட முறையில் தெரிந்து கொள்ளவேண்டும்? பீட்டர்ஸ்பர்க் முழுதுமே நான் நன்கு அறிந்ததுதானே. எனவே தான் இந்நகரமே மூட்டைக் கட்டிக்கொண்டு திடுமென கிராமக் குடில்களுக்குப் புறப்பட்டதும் எல்லோரும் என்னைக் கைவிட்டுச் செல்வதாய்த் தோன்றியது எனக்கு. தன்னந்தனியே விடப்பட்ட நான் கதிகலங்கிப் போனேன்; ஏனென்று தெரியாமலே ஆழ்ந்த சோகத்தில் மூழ்கியவனாய்த் தொடர்ந்து மூன்று நாட்களாய்த் தெருக்களில் அலைந்து திரிந்தேன். நேவ்ஸ்கி சாலையில் நடந்தேன், பூங்காவுக்குப் போனேன், ஆற்றங்கரைச் சாலையில் கால்போன போக்கில் சென்றேன். ஆயினும் ஓராண்டாக அதே இடத்தில் அதே நேரத்தில் தவறாமல் நான் சந்தித்துப் பழகிப்போன அம்முகங்களை அவ்விடங்களில் என்னால் காண முடியவில்லை. உண்மைதான், என்னை அவர்களுக்குத் தெரியாது தான், ஆனால் நான் அவர்களை அறிவேன். நன்கு அறிவேன், அவர்களுடைய முக பாவனைகளை ஆராய்ந்து அறிந்து வைத்திருக்கிறேன். அம்முகங்களில் மகிழ்ச்சி ததும்புகையில் நானும் களிப்புறுவேன், அவை இருண்டு விடும்போது நானும் சோகமடைவேன். ஃபன்தான்கா ஆற்றங்கரையில் நாள்தோறும் அதே நேரத்தில் நான் சந்தித்து வந்த ஒரு கிழவர் என் நண்பராகி விட்டார் என்றே சொல்லவேண்டும். சிந்தனையில் ஆழ்ந்த கம்பீரமான முகம், தனக்குத்தானே ஏதோ முணுமுணுத்தபடி இடக் கையை ஆட்டிச் சைகை காட்டுவார். முடிச்சுக் கணுக்களும் பொன்னிறப் பிடியும் கொண்ட நீளமான ஊன்றுகோல் அவர் வலக் கையில் இருக்கும். அவரும் என்னைக் கவனித்துத்தான் வைத்திருந்தார், என்னிடம் மெய்யான அக்கறை காட்டி வந்தார். என்னால் நிச்சயமாகச் சொல்ல முடியும்: ஃபன்தான்காவில் அதே இடத்தில் அதே நேரத்தில் என்றாவது என்னைச் சந்திக்க முடியாமற் போகும்போது கட்டாயம் அவர் வாட்டமுற்றிருப்பார். அதனால் தான் சில சமயங்களில், முக்கியமாக நாங்கள் இருவரும் மகிழ்ச்சிகரமான மனநிலையில் இருக்கையில், ஒருவருக்கொருவர் வணக்கம் தெரிவிக்க விரும்பும் அளவுக்குச் சென்றுவிடுவோம். முழுதாக இரண்டு நாட்கள் சந்திக்கமுடியாமற்போய் மூன்றாவது நாளன்று

நாங்கள் சந்தித்தபோது இருவரும் தொப்பியை உயர்த்தி வணக்கம் கூறிக்கொள்ள முற்பட்டோம். நல்ல வேளையாகக் கடைசித் தருணத்தில் கட்டுப்படுத்திக் கொண்டோம், உயர்த்திய கரங்களைக் கீழே இறக்கினோம். வாய்ச் சொல்லாக வெளிப்படாமல் எங்கள் உள்ளத்தினுள் ஒளிர்ந்த உள்ளன்புடன் ஒருவரையொருவர் கடந்து சென்றோம். வீடுகளுங்கூட என் நண்பர்கள் தான். தெருவிலே நான் போகும்போது அவை யாவும் என்னை நோக்கி முன்னால் ஒரு அடியெடுத்து வைப்பது போலிருக்கும். சன்னல்கள் யாவற்றாலும் என்னை உற்றுநோக்கிய வாறு அவை வாய் திறந்து என்னுடன் பேசுவது போலவே தோன்றும்: "என்ன சேதி? சுகம்தானே? நானும் நல்லபடியாகத்தான் இருக்கிறேன்; மே மாதத்தில் எனக்கு இன்னொரு மாடி கட்டப் போகிறார்கள்!" என்றோ, "வணக்கம்! என்னைப் பழுதுபார்க்கப் போகிறார்கள். நாளைக்கு வேலை தொடங்குவார்கள்" என்றோ, "நான் தீ பிடித்து எரிந்து போகப் பார்த்தேன், பயந்து நடுங்கிப் போனேன்!" என்றோ சொல்வது போலிருக்கும். சில வீடுகள் எனக்கு மிகவும் பிடித்தமானவை, மிக நெருங்கிய அருமை நண்பர்களாகிவிட்டவை. இவற்றில் ஒன்று இந்தக் கோடையில் கட்டிடக் கலைஞர் ஒருவரிடம் சிகிச்சை பெறப் போகிறதாம். தினமும் நான் இங்கு வந்து இந்த வீட்டுக்கு எந்தத் தீங்கும் நேராதபடி கவனித்துக் கொள்வேன், கடவுள் இதைக் காப்பாற்றுவாராக! கவர்ச்சி மிக்க ஒரு சிறிய வீடு, இளஞ்சிவப்பு மேனியுடையது - அதற்கு நேர்ந்த கதியை எந்நாளும் என்னால் மறக்கவே முடியாது. கண்ணுக்கு இனிய அந்தச் சிறிய வீட்டின் அருகே நான் போகும்போதெல்லாம் அருமையிலும் அருமையாய் அது என்னைப் பார்த்து இன்முகங் காட்டிப் புன்னகை புரிந்து விட்டு, சோபையற்று நிற்கும் தனது அக்கம்பக்கத்து வீடுகளின் பக்கம் கர்வமாகப் பார்வையைத் திருப்பும் அந்தக் காட்சி என் இதயத்தைப் புளகாங்கிதமடையச் செய்யும். பிறகு நான் சென்றவாரம் அந்தத் தெரு வழியே சென்றபோது என் நண்பனைப் பார்ப்பதற்காகத் தலையைத் திருப்பினேன்; பரிதாபகரமான அதன் புலம்பல் என் காதில் விழுந்தது: "ஐயோ! மஞ்சள் நிறம் பூசி என்னைக் கெடுத்துவிட்டார்களே!" முரடர்கள்! படுபாவிகள்! எதையும் விட்டுவைக்கவில்லை: தூண்களும் சரி, சுவர் பிதுக்கங்களும் சரி யாவற்றிலும் சாயம் பூசி விட்டார்கள். கானரிக் குருவி மாதிரி என் நண்பன் மஞ்சள் மயமாகிவிட்டான். அதைப் பார்த்ததும் நான் பதறிப்போனேன். பாவம் என் நண்பன் சீனப் பேரரசின் வர்ணம் பூசப்பட்டு உருக்குலைந்துவிட்ட

அக்காட்சியைக் காணச் சகியாதவனாக இதுநாள் வரை நான் அந்தப் பக்கம் போகாமலே இருந்து வருகிறேன்.

ஆக, அருமை வாசகரே, பீட்டர்ஸ்பர்க் நகரமே என் நண்பனாக இருப்பதை நீங்கள் தெரிந்து கொள்ளலாம்.

ஏற்கனவே நான் சொன்னதுபோல எனது கலக்கமுற்ற நிலை தொடர்ந்து மூன்று நாட்களுக்கு நீடித்த பிறகுதான் என்னால் இதற்குரிய காரணத்தை ஊகித்தறிய முடிந்தது. வெளியே தெருக்களில் தான் மனத்துக்கு அமைதியில்லை (அந்த ஆள் அங்கில்லை, இந்த ஆளையும் காண முடியவில்லை, இவரையுங் கூட காணவில்லையே, என்ன ஆயிற்று?) என்று வீட்டுக்கு என் அறைக்கு வந்தால் இங்கும் நான் நிம்மதியின்றி அவதியுற்றேன். என் அறையில் என்ன குற்றம் என்று இரண்டு இரவுகளாக ஓயாமல் மண்டையை உடைத்துக் கொண்டேன். இங்கும் எனக்கு இருப்பு கொள்ளாமல் போனதற்குக் காரணம் என்ன? விடை காண முயன்ற நான் சுற்றிலுமிருந்த அழுக்கேறிய பச்சை நிறச் சுவர்களையும் உச்சித் தளத்தையும் மத்திரியோனா அங்கு தழைத்து மண்டும்படி விட்டு வைத்திருந்த ஒட்டடையையும் உற்று நோக்கினேன்; என் அறையிலிருந்த எல்லாச் சாமான்களையும் ஆராய்ந்தேன்; எனது இன்னலின் மூலகாரணம் இங்குதான் இருக்குமோ என்று ஒவ்வொரு நாற்காலியையும் கூர்ந்து கவனித்தேன் (ஏனெனில் முதல் நாள் இருந்த இடத்திலிருந்து எந்த நாற்காலியாவது மாற்றப்பட்டுவிட்டதாய்த் தெரிந்தால் போதும், நான் அமைதியிழந்து விடுகிறவன்); பிறகு சன்னல் பக்கம் திரும்பிப் பார்த்தேன் - அப்படியும் என் மனம் ஆறுதலடையவில்லை! மத்திரியோனாவைக் கூப்பிட்டு ஒட்டடை குறித்தும் பொதுவாக ஒழுங்கில்லாத வேலை குறித்தும் பெரியமனிதத் தோரணையில் கொஞ்சம் கண்டிக்கலாமென்றுகூட எனக்கு ஒரு யோசனை தோன்றிற்று. ஆனால் அவள் வியப்புற்றவளாய் என்னை ஏறயிறங்கப் பார்த்துவிட்டு வாய் திறந்து ஒரு வார்த்தை சொல்லாமலே அறையிலிருந்து போய்விட்டாள். ஆகவே ஒட்டடை பத்திரமாய் அப்படியேதான் இருந்து வருகிறது. முடிவில் இன்று காலையில்தான் விஷயம் எனக்கு விளங்கிற்று. ஆம், எல்லோரும் என்னைத் துறந்துவிட்டு வெட்கங்கெட்டவர்களாக அல்லவா கிராமக் குடில்களுக்கு ஓடினர்! தரங்குறைந்த இச்சொற்களுக்காக என்னை நீங்கள் மன்னிக்கவேண்டும், ஆனால் மரியாதையுள்ள வார்த்தைகளைத் தேடிக் கையாளும் நிலையில் நான் இல்லை... ஏனெனில் பீட்டர்ஸ்பர்கில் வசித்த எல்லோருமே தமது கிராமக்

குடில்களுக்குப் போய்க்கொண்டிருந்தனர், அல்லது ஏற்கனவே போய்விட்டனர். வாடகை வண்டியில் கிளம்பிய மதிப்புக்குரிய ஒவ்வொரு கனவானிடத்தும் உடனே நான் தமது அன்றைய வேலையை முடித்துக்கொண்டு தம் குடும்பத்தாரிடம் போய்ச் சேர்வதற்காகக் கிராமக் குடிலுக்கு விரையும் கண்டிப்பான குடும்பஸ்தரைக் கண்ணுற்றேன். தெருவிலே ஒவ்வொருவரிடத்தும் தனி வகையான அந்த முகபாவம், "ஐயா, நாங்கள் இங்கு தங்கியிருப்போரல்ல, இன்னும் இரண்டு மணி நேரத்தில் இந்நகரை விட்டு வெளியே போகிறவர்கள்" என்று எதிரே வருவோருக்கு அறிவித்துச் சென்ற அந்த முகபாவம் இருக்கக் கண்டேன். சன்னல் கதவு திறக்கப்படுவதைக் கண்டதும் - சீனி போல வெளுப்பான மெல்லிய விரல்கள் முதலில் சன்னல் கண்ணாடியில் தாளம் தட்டியபின் அழகான ஓர் இளம் பெண் வெளியே தலை நீட்டி, மலர்ச் செடிகள் விற்றுச் செல்பவனைக் கூப்பிடுவாள் - அதே கணத்தில் நான் நினைத்துக்கொள்வேன், நகரில் புழுக்கமான குடித்தனப் பகுதியில் தங்கி வசந்தத்தையும் மலர்களையும் அனுபவிப்பதற்காக மக்கள் மலர்ச் செடிகள் வாங்கவில்லை, விரைவில் எல்லோரும் தம் கிராமக் குடில்களுக்குப் போகப் போகிறார்கள், தம்முடன் எடுத்துச் செல்வதற்காக இச்செடிகளை வாங்குகிறார்கள் என்று. தவிரவும் ஒருவருடைய புறத்தோற்றத்தைக் கொண்டே நான் அவருடைய கோடைப் பருவக் குடில் எங்கிருந்தது என்பதைப் பிழையின்றி ஊகித்து விடுவேன், எனக்குரிய இந்தப் புதிய ஆய்வுத் துறையில் ஏற்கனவே நான் அந்த அளவுக்கு முன்னேறியிருந்தேன். காமென்னி, அப்தேக்கர்ஸ்கி தீவுகளிலோ, பீட்டர்ஹாப் சாலையிலோ கோடையைக் கழிப்போரை, அவர்களது தேர்ந்த நயப் பாங்குகளையும், புதுப் பாணியிலான அவர்களது கோடைப் பருவ ஆடைகளையும், மற்றும் நகருக்கு அவர்கள் வந்து சேரும் கோச்சுகளையும் கொண்டு அடையாளம் தெரிந்து கொண்டுவிடலாம். பார்கலவோவிலோ அதற்கு அப்பாலோ தங்குவோர் தமது சாமர்த்தியத்தாலும் ஆடம்பரமில்லாத அமரிக்கையாலும் உடனே தம்மை அறிவித்துக் கொண்டுவிடுவார்கள். எதற்கும் சிணுங்காத குதூகலத் தோற்றம் கிரெஸ்தோவ்ஸ்கி தீவில் கோடையைக் கழிப்போருக்குரிய சின்னமாகும்.

பார வண்டிகளின் பக்கத்தில் கையில் லகான்களைப் பிடித்துக்கொண்டு அவசரமின்றி மெதுவாக நடந்து ஊர்வலம்

போல நீண்ட வரிசையில் அந்த வண்டிக்காரர்கள் செல்வார்கள். இந்தப் பார வண்டிகளில் மேஜைகளும் நாற்காலிகளும் துருக்கிப் பஞ்சணைப் படுக்கைகளும் பிற வகை இருக்கைகளும் மற்றும் ஏனைய பலவிதமான வீட்டுச் சாமான்களும் உயரமாகக் குவிக்கப்பட்டிருக்கும். இவை யாவற்றுக்கும் மேலே எலும்பும் தோலுமாகச் சமையற்காரி ஒருத்தி தன் எஜமானனுடைய உடைமைகளுக்குக் காவல் புரிந்து யாவற்றுக்கும் தலைமை வகிப்பது போல உச்சியிலே வீற்றிருப்பாள். வீட்டுச் சாமான்களைச் சுமந்து கொண்டு தோணிகள் நேவாவிலோ ஃபன்தான்காவிலோ சோர்னயா ஆற்றை அல்லது தீவுகளை நோக்கி மிதந்து செல்லும். நான் இந்தப் பார வண்டிகளின் வரிசையைச் சந்திக்க நேர்ந்தாலும் சரி, அல்லது இந்தத் தோணிகளைப் பார்த்துக்கொண்டு நின்றாலும் சரி, என் கண்களில் இந்த வண்டிகளும் தோணிகளும் பத்து மடங்காகவும் நூறு மடங்காகவும் பெருகிவிடும். யாவுமே புறப்பட்டுச் செல்வதாக, யாவுமே நீள் வரிசைகளில் கிராமக் குடில்களை நோக்கி நடைபோடுவதாக எனக்குத் தோன்றியது. பீட்டர்ஸ்பர்க் நகரமே பாலையாகிவிடும்படியான அபாயம் எழுவதாக நினைத்தேன். இதையெல்லாம் பார்த்ததும் வெட்கமும் துன்பமும் துயரமும் என் நெஞ்சையடைக்கும். நான் நகரை விட்டு வெளியே போகக் காரணம் ஏதும் இல்லை, கிராமக் குடில் எதுவும் இல்லை எனக்கு. எந்தப் பார வண்டியுடனும், வாடகை வண்டியில் கிளம்பிய மதிப்புக்குரிய எந்தக் கனவானுடனும் நானும் போகத் தயாராகத்தான் இருந்தேன். ஆனால் என்னை வருமாறு அழைப்பார் யாரும் இல்லை. யாவரும் என்னை அடியோடு மறந்துவிட்டதுபோல, அப்படி நான் அவர்கள் அறியாத அந்நியனாக இருந்தது போல நடந்து கொண்டனர்.

நெடுநேரம், நெடுந்தூரம் நடந்து கொண்டிருந்த நான் எங்கே போகிறேன் என்ற நினைவையே இழந்துவிட்டேன் - இது எனக்கு வழக்கமாக ஏற்படும் நிலைமைதான். நகர எல்லைக்கு அல்லவா வந்துவிட்டோம் என்பதைத் திடுமென உணர்ந்தேன். உடனே உவகை கொண்டவனாக அடைப்பைத் தாண்டிக்கொண்டு களைப்போ சோர்வோ சிறிதுமின்றி பயிர் நிலங்களுக்கிடையிலும் புல்வெளிகளுக்கிடையிலும் சென்றேன். என் மனதை வருத்திய சுமை நீங்கிவிட்டதென்ற உற்சாக உணர்வால் உந்தப்பட்டு நடந்தேன். என்னைக் கடந்து வண்டிகளில் சென்றவர்கள் நேசபாவத்துடன் என்னைப் பார்த்தனர், எனக்கு முகமன் கூறுவது போல

இன்முகம் காட்டினர். எக்காரணத்தாலோ எல்லோரும் அப்படி மகிழ்ச்சி நிறைந்தவர்களாகத் தோன்றினர். ஒவ்வொருவருடைய வாயிலும் ஒரு சுருட்டு புகைந்து கொண்டிருந்தது. என்றும் இல்லாதபடி நானும் மனம் மகிழ்ந்து கொண்டேன். இருந்தாற் போலிருந்து இத்தாலியில் இருப்பது போன்ற ஓர் உணர்ச்சி எனக்குக் களிப்பூட்டியது. சுவர்களுக்கிடைப்பட்ட தெருக்களில் மூச்சுத் திணறும்படி அடைபட்டு வதைந்த நகரவாசியான எனக்கு இயற்கை அப்படி இன்ப மயக்கமூட்டுவதாக இருந்தது.

பீட்டர்ஸ்பர்கைச் சுற்றிலுமுள்ள இயற்கையானது தனக்கு விண்ணுலகம் வழங்கியிருக்கும் முழு வலிவையும் முழு சக்தியையும் வசந்தம் பிறந்ததும் திடுதிப்பென வெளிப்படுத்தி வண்ண மலர்கள் சூடி எழிற் கோலம் பூண்டெழும் அக்காட்சியில் விவரிக்க இயலாதபடி உள்ள முருகச் செய்யும் ஏதோ ஒன்று இருக்கிறது... எக்காரணமோ தெரியவில்லை அக்காட்சி எனக்குக் காசநோயால் நலிவுற்று நலமிழந்த நங்கையை நினைவூட்டுவதாயுள்ளது. இந்நங்கையை நாம் சில நேரங்களில் பரிதாபத்துடன் பார்க்கிறோம், வேறு சில நேரங்களில் ஏக்கம் நிறைந்த பாசத்துடன் பார்க்கிறோம், சில நேரங்களில் அவளைக் கவனியாமலும் இருந்துவிடுகிறோம். ஆனால் திடுமெனக் கணப்பொழுதுக்கு அவள் அதிவினோதமாக வியத்தகு எழிலுடையவளாக மாறுகின்றாள். மெய் சிலிர்த்து மதி மயங்கிவிடும் நீங்கள் உங்களையே கேட்டுக் கொள்கிறீர்கள்: சோகச் சிந்தனை படிந்து துயரம் தோய்ந்த அந்தக் கண்களை எந்தச் சக்தி இப்படிச் சுடரொளி பெற்றுப் பளிச்சிடச் செய்தது? வெளிறிட்டு மங்கிய அந்தக் கன்னங்களில் சிவப்பேறச் செய்தது எது? அந்த அழகிய வதனத்தில் உணர்ச்சித் துடிப்பைச் சுடர்வீச வைத்தது என்ன? அவள் நெஞ்சம் ஏன் அப்படிப் புடைத்தெழுகிறது? பரிதாபத்துக்குரியவளாக இருந்த இப்பேதையின் முகத்தில் இப்படித் திடுமென வலிவும் உயிர்த்துடிப்பும் அழகும் குதித்தாடச் செய்தது எது? அம்முகத்தை ஒளிவீசும் குறுநகையால் பளிச்சிடும்படி வைத்தது எது? வண்ண ஜாலம் காட்டும் சிரிப்பால் அதைப் பிரகாசிக்கச் செய்தது எது? சுற்றிலும் பார்க்கிறீர்கள், விந்தையே என்றெண்ணி வியப்படைகிறீர்கள், அப்பொழுதுதான் புரிந்து கொள்ளத் தொடங்குகிறீர்கள்... ஆனால் அதற்குள் அக்கணம் போய்விடுகிறது. மறுநாள் திரும்பவும் அதே சோகச் சிந்தனை படர்ந்த, சோர்வுற்ற தோற்றத்தைக் காண்கிறீர்கள்; அதே வாடிய முகத்தை அடக்கமும் ஒடுக்கமும் வாய்ந்த, அச்சம் கொண்ட அதே

போக்கினைப் பார்க்கிறீர்கள். அது மட்டுமல்ல, தனக்கு ஏற்பட்ட அந்தக் கண நேர ஆர்வத் துடிப்பை நினைத்து அம்முகத்தில் ஒரு நடுக்கமும் உறுத்தலும் கூட இருக்கக் காண்கிறீர்கள்... நிலையற்ற இந்த அழகு மலர் சடுதியில் இப்படி வதங்கிவிட்டதே, தவிர்க்க முடியாதபடி இப்படி உலர்ந்து விட்டதே என்று, கணப்பொழுதுக்கு மின்னிப் பளிச்சிட்ட ஒளி இப்படி ஓர் ஏமாற்றாக, பயனற்ற வெற்று மினுக்காக மாறி விட்டதே என்று வருந்துகிறீர்கள். அதை நன்றாகப் பார்த்து அதன்மீது பாசம் கொள்வதற்குக்கூட நேரமில்லாமற் போயிற்றே என்று துயரமடைகிறீர்கள்...

ஆயினும் எனக்கு அன்றைய இரவு அன்றைய பகலைக் காட்டிலும் சிறப்பாகவே இருந்தது! நடந்ததைக் கூறுகிறேன், கேளுங்கள்:

நகருக்கு நான் திரும்பியபோது நெடுநேரமாகிவிட்டது. என் அறையை நெருங்கும் முன்பே மணி பத்தடித்துவிட்டது. நான் செல்லவேண்டிய பாதை அந்த இரவு நேரத்தில் யாரையும் காண்பது அரிதான ஒரு கால்வாய்க் கரை வழியே சென்றது, ஆம், நான் தங்கியிருந்த இடம் நகரின் தொலைதூரப் பகுதியில் இருந்தது. பாடியவாறு நடந்தேன்; உள்ளத்தில் எழும் இன்பத்தைக் கூறி மகிழ நண்பர்களோ தெரிந்தவர்களோ யாரும் இல்லாத ஒருவர் செய்வதுபோலவே நானும் என் மனம் மகிழ்ச்சியால் பூரிப்படையும்போது வாய்க்குள் இராகம் பாடிச் செல்வது வழக்கம். நான் சிறிதும் எதிர்பாராத வகையில் திடீரென அப்பொழுது ஓர் அதிசயம் நிகழ்ந்தது.

என்னிடமிருந்து சிறிது தூரத்தில் கிராதியின் ஓரத்தில் ஒரு பெண் நின்று கொண்டிருந்தாள். கிராதிமீது சாய்ந்து கொண்டு அவள் வைத்த கண் வாங்காது கால்வாயின் கரியநீரை உற்றுப் பார்ப்பது போல் நின்றாள். கவர்ச்சி வாய்ந்த மஞ்சள் தலைக் கவிகையும் நேர்த்தியான சிறிய கறுப்பு மேலங்கியும் அணிந்திருந்தாள். "இளம் பெண், நிச்சயம் கருநிற முடியளாகத் தான் இருப்பாள்" என்று நினைத்தேன். என் காலடி ஓசையை அவள் கவனித்ததாய்த் தெரியவில்லை; மூச்சை அடக்கிக் கொண்டு நெஞ்சு படபடக்க நான் அவளைக் கடந்து நடந்தபோது ஆடாமல் அசையாமல் அப்படியே நின்று கொண்டிருந்தாள். "சரிதான், ஏதோ ஆழ்ந்த சிந்தனையில் மூழ்கியிருக்கிறாள்" என்று எண்ணினேன். ஆனால் திடுமெனக் கல்லாய்ச் சமைந்துபோய் நின்றுவிட்டேன். வாய்க்குள் அவள் விம்மியழும் சப்தம் கேட்பதாய் நினைத்தேன். ஆம், நான்

நினைத்தது தவறல்ல; அந்த இளம்பெண் அழுதுகொண்டிருந்தாள். தேம்பித் தேம்பி அழுதாள். அட கடவுளே! என் இதயத்துள் சுரீரென்றது. பெண்களிடம் கூச்சப்படுகிறவன் தான் என்ற போதிலும் அவசர நிலைமையாயிற்றே!.. உடனே திரும்பி ஓரடி எடுத்து வைத்து அவளை அணுகினேன். "அம்மையே!" என்று அழைக்க வாயெடுத்தேன், ஆனால் மேற்குலத்து வாழ்க்கை பற்றிய புதுப்பாணியிலான ருஷ்யப் புதினங்கள் யாவற்றிலும் ஆயிரமாயிரம் தரம் இப்படி அழைக்கப்பட்டிருப்பது நினைவுக்கு வரவே வாயடைத்துப்போய் நின்றுவிட்டேன். தக்கபடி எப்படித் தொடங்கலாமென்று நான் ஆலோசித்துக் கொண்டிருக்கையில் அந்தப் பெண் சுயநினைவு பெற்றுத் திரும்பிப் பார்த்துவிட்டு தன்னைக் கட்டுப்படுத்திக் கொண்டு பார்வையைக் கவிழ்த்தவாறு அங்கிருந்து நழுவி என்னைத் தாண்டி கால்வாய்க் கரையில் நடந்தாள். உடனே நானும் அவளைப் பின்தொடர்ந்தேன். ஆனால் நான் வருவது தெரிந்ததும் அவள் தெருவின் எதிர்ப் பக்கத்துக்குச் சென்று அங்கே நடைபாதையில் நடக்கலானாள். எதிர்ப் பக்கத்துக்குச் செல்ல எனக்குத் துணிவு வரவில்லை. பிடிபட்டுவிட்ட குருவியின் நெஞ்சுபோல் என் நெஞ்சு படபடத்தது. அதன்பின் சந்தர்ப்பவசமாக நடைபெற்ற ஒரு சம்பவம் எனக்குத் துணை புரிந்தது.

நீள்கோட்டு அணிந்து வயதில் மதிப்புக்குரியவராக இருப்பினும் நடத்தையில் அப்படி இல்லாத கனவான் ஒருவர் திடீரென எதிர்ப் பக்கத்து நடைபாதையில் அந்தப் பெண்ணின் அருகே தோன்றக் கண்டேன். தட்டுத் தடுமாறி ஆடியவாறு நடந்த அவர் கீழே விழுந்துவிடாமல் இருப்பதற்காக இடையிடையே சுவரைப் பிடித்துக் கொண்டார். அந்தப் பெண் விரைந்து சென்றாள்; இரவில் வீட்டுக்குத் திரும்பும் இளம் பெண்கள் வழித் துணையாகக் கூட வருவதாகக் கூறுவோரது உதவியை விரும்பாதபோது எப்படி நடப்பார்களோ அம்மாதிரி அவள் அம்பு போல் வேகமாக விர்ரெனப் போய்க் கொண்டிருந்தாள். தட்டுத் தடுமாறிய அக்கனவானால் அவளைப் பிடித்திருக்க முடியாது, ஆனால் என்னை ஆட்டுவித்த விதியானது அவரை அடாத முறைகளில் இறங்குமாறு தூண்டிற்று. அவர் வாய் பேசாமல் திடுதிப்பென முன்னே பாய்ந்து அந்தப் பெண்ணைத் துரத்திக்கொண்டு ஓடினார். அவள் காற்றின் வேகத்தில் தான் போய்க் கொண்டிருந்தாள் என்றாலும், தட்டுத் தடுமாறியபடி ஓடிய

அக்கனவான் அவளை நெருங்கிச் சென்று எட்டிப் பிடித்துவிடவே அவள் மிரண்டு போய்க் கூச்சலிட்டாள்... நான் செய்த பாக்கியம் எனது வலக்கரத்தில் குண்டுக் கணுக்களையுடைய அற்புதமான கைத்தடி இருந்தது. நொடிப்பொழுதில் தெருவின் எதிர்ப்பக்கத்தை அடைந்தேன். விடாக்கண்டனாகிய அந்தக் கனவானும் இனி என்ன நடைபெறுமென்று நொடிப்பொழுதில் புரிந்து கொண்டார். எதிர்த்து நிற்கமுடியாத கைத்தடியின் வாதத்துக்குப் பணிந்து வாய் பேசாமல் நின்ற அவர் நாங்கள் நெடுந்தூரம் சென்ற பிற்பாடு மிகவும் கடுமையாகவே என் மீது வசைமாரி பொழிந்தார். பயனில்லை, அவருடைய வசைமொழிகள் வக்கற்றுப் போய்க் காற்றிலே கலந்தன.

“இப்படிக் கொடுங்கள் கையை, இனி அந்த ஆள் நம் பக்கம் வரமாட்டார்” என்று அந்த இளம்பெண்ணிடம் கூறினேன்.

மௌனமாக அவள் என்னிடம் கையைக் கொடுத்தாள். பீதியாலும் கிளர்ச்சியாலும் இன்னமும் அது நடுங்கிக் கொண்டிருந்தது. நான் அறியாத கனவானே! வாழ்க நீ என்றல்லவா அப்பொழுது உம்மை வாயார வாழ்த்தினேன்! என் பார்வை கணநேரம் அவள் மீது பதிந்துவிட்டுத் திரும்பிற்று: இனிமையின் உருவாய், கருநிற முடியளாக இருந்தாள் - நான் நினைத்தபடியே இருந்தாள்! அவள் கண்ணிமைகளின் கருமுடிகளில் கண்ணீர் பளிச்சிட்டது - சற்றுமுன் அவள் பீதியுற்றதன் விளைவா, அல்லது அதற்குமுன் விம்மியழுதபோது தோன்றியதா நான் அறியேன். ஆனால் இப்பொழுது அவள் உதடுகளில் மகிழ்ச்சிப் புன்னகை தவழ்ந்தது. கடைக்கண்ணால் அவளும் என்னை நோட்டமிட்டாள், இலேசாக முகம் சிவந்தது, உடனே பார்வையைக் கவிழ்த்துக் கொண்டாள்.

“இப்பொழுது தெரிகிறதா, என்னை நீங்கள் உதறித் தள்ளிவிட்டுப் போயிருக்கக் கூடாதென்று? நான் பக்கத்தில் இருந்திருந்தால் இப்படி நேர்ந்திருக்காது அல்லவா?”

“ஆனால் அப்பொழுது எனக்குத் தெரியாது. உங்களை நான் நினைத்துக் கொண்டேன், நீங்களும்...”

“அப்படியானால் இப்பொழுது தெரிந்து கொண்டீர்களா என்னை?”

“கொஞ்சம் தெரிந்து கொண்டேன். முதலில் இதைச் சொல்லுங்கள், உங்களுக்கு ஏன் இந்த நடுக்கம்?”

“எடுத்தயெடுப்பிலே நீங்கள் சரியானபடி ஊகித்து விட்டீர்களே! நான் எப்படிப்பட்டவன் என்று அதற்குள் அறிந்து கொண்டு விட்டீர்களே!” என்று சொல்லி, சமர்த்துப் பெண்ணாக இருக்கிறாளே, சாமர்த்தியமும் அழகும் இப்படி ஒன்றுசேர்வது அரிதாயிற்றே என்று மகிழ்ந்து கொண்டேன். “பெண்களிடம் கூச்சப்படுகிறவன், நான். சற்று முன்பு அந்தக் கனவான் உங்களை மிரளச் செய்த போது நீங்கள் எப்படிக் கதிகலங்கிப் போனீர்களோ அப்படி இப்பொழுது நான் கலங்கிப் போயிருக்கிறேன்... கிலி பிடித்த மாதிரி இருக்கிறது எனக்கு. இதெல்லாம் ஒரு கனவு போல இருக்கிறது. ஏன், கனவிலுங்கூட என்றும் நான் ஒரு பெண்ணுடன் பேசுவேன் என்று நினைத்ததில்லையே.”

“அப்படியா? மெய்தானா?”

“ஆமாம், என் கை ஏன் நடுங்குகிறது என்றால், இதன் முன் எந்நாளும் அது உங்களுடைய கையைப் போன்ற நேர்த்தியான, மென்மையான கையால் பிடிக்கப் பட்டதில்லை. பெண்களுடன் எப்படிப் பழகுவதென்பதையே மறந்துவிட்டேன்; இல்லை, என்றுமே அவர்களுடன் பழகி அறியாதவன் நான். தன்னந்தனியனாக இருந்து வருகிறேன். அவர்களுடன் எப்படிப் பேசுவதென்று கூட எனக்குத் தெரியாது. இப்பொழுதுகூட பேசத் தெரியாமல் எதையாவது உங்களிடம் சொன்னாலும் சொல்லியிருப்பேன். அப்படி ஏதாவது இருந்தால் நீங்கள் மறைக்காமல் கூற வேண்டும், நான் ஒன்றும் தவறாக நினைத்துக் கொள்ளமாட்டேன்...”

“இல்லை இல்லை, அதெல்லாம் ஒன்றும் இல்லை. மறைக்காமல் கூறும்படி நீங்கள் கேட்பதால் இதைச் சொல்கிறேன்: கூச்சப்படுகிறர்களைப் பெண்களுக்கு ரொம்பப் பிடிக்கும். இன்னும் சொல்வதெனில், எனக்கும்கூட இவர்களை ரொம்பப் பிடிக்கும்; என் வீட்டுக்குப் போய்ச் சேரும் வரை என்னிடமிருந்து உங்களை நான் போகச் சொல்லப் போவதில்லை.”

“அப்படியா!” என்றேன், ஆனந்தம் தாங்காமல் எனக்கு மூச்சுத் திணறிற்று. “அப்படியானால் என்னுடைய கூச்சத்தை நீங்கள் நொடிப்பொழுதில் பறந்தோடச் செய்துவிடுவீர்கள். பிறகு நான் எனக்குள்ள இந்த ஒரேயொரு சாதனத்தையும் இழந்தவனாகி விடுவேன்!”

“சாதனமா? என்ன சாதனம்?.. நன்றாயில்லை உங்கள் பேச்சு.”

“என்னை மன்னித்துவிடுங்கள், வாய் தவறிச் சொல்லி விட்டேன்! இன்னொரு தரம் இம்மாதிரி நடைபெறாது. ஆனால் நீங்களே சிந்தித்துப் பாருங்கள், இதுபோன்ற ஒரு சந்தர்ப்பத்தில் எப்படி நான் விரும்பாதிருக்க முடியும், பிறத்தியாருக்கு நான்...”

“பிடித்தமானவனாக இருக்க வேண்டுமென்றா?”

“ஆம், எப்படி நான் விரும்பாதிருக்க முடியும்? நீங்கள் என்மீது அன்பு காட்டவேண்டும். உங்களுக்குப் புண்ணியமுண்டு, நீங்கள் அன்பு காட்ட வேண்டும். என் நிலைமையைக் கொஞ்சம் யோசித்துப் பாருங்கள்! எனக்கு இருபத்தாறு வயதாகிறது, இன்னும் நான் யாருடனும் பேசிப் பழகி அறியாதவன்! ஆகவே என்னால் எப்படி திருத்தமாகவும் திறம்படவும் தடங்கலின்றியும் என்னால் எப்படி பேச முடியும்! ஒளிவுமறைவின்றி மனம்விட்டு யாவற்றையும் சொன்னால் உங்களுக்கும் நல்லதுதானே... என்னுள் என் இதயம் கூச்சலிடுகிறது, என்னால் பேசாமல் மௌனமாயிருக்க முடியவில்லை. சரி, அது இருக்கட்டும்... நம்ப முடியுமா உங்களால்? ஒரேயொரு பெண்ணையாவது எனக்குத் தெரியுமா? தெரியாது, யாருமே இல்லை! அறிமுகமானவள் என்று சொல்லிக் கொள்வதற்கு கூட யாருமில்லை! கனவு மட்டும் நாள் தவறாமல் கண்டு வருகிறேன் - காலம் வரும், என்றோ எங்கோ நான் சந்திக்கவே போகிறேன் என்று! இம்மாதிரி எத்தனை தரம் நான் காதல் கொண்டிருப்பேன் தெரியுமா!..”

“அதெப்படி? யார்மீது?”

“ஓ, யார்மீதும் அல்ல, அப்படியொரு கருத்தின் மீது, என் கனவுகளில் நான் சந்திக்கிறவள் மீது. கனவுகளில் பெருங் காதல் காவியங்களை புனைபவன் நான். ஆம், உங்களுக்குத் தெரியாது என்னை! இரண்டொரு பெண்களைச் சந்தித்திருக்கிறேன், மெய்தான். ஆனால் எப்படிப்பட்ட பெண்கள் அவர்கள்? சர்வசாதாரணமானவர்கள், அடுப்பங்கரைப் பெண்கள்... உங்களுக்குச் சிரிப்புதான் வரும், ஆனாலும் இதைச் சொல்கிறேன். தெருவிலே யாராவது பிரபுக்குலச் சீமாட்டியுடன் தற்செயலாகப் பேசுவது போல - அவள் தனியே இருக்கிறபோதுதான் - உரையாடிப் பார்க்கலாம் என்று அடிக்கடி நான் நினைத்திருக்கிறேன். எனக்குக் கூச்சமாகத்தான் இருக்கும். மரியாதையாகவும் உணர்ச்சிகரமாகவும் பேசுவேன். தனிமை தாளாமல் நான் மடிவதாகச் சொல்வேன்.

எந்தப் பெண்ணுடனும் பரிச்சயம் பெற வழியில்லாதவன், என்னை உதறித் தள்ள வேண்டாமென்று மன்றாடுவேன். வருந்தத்தக்க நிலையிலுள்ள என் போன்ற ஒரு மனிதனின் பரிதாபமான வேண்டுகோளைக் காது கொடுத்துக் கேட்பது பெண் என்ற முறையில் அவளது கடமையுமாகும் என்பதை உணர்த்துவேன். அப்படி ஒன்றும் நான் அதிகமாகக் கேட்கவில்லை, உடனே என்னைப் போகச் சொல்லாமல் சோதரிக்குரிய அனுதாபத்துடன் இரண்டு வார்த்தை பேசும்படித்தானே கேட்கிறேன்; என்னை நம்பத்தக்கவனாகக் கொண்டு நான் சொல்வதைக் காது கொடுத்துக் கேட்க வேண்டுமென்கிறேன், அவ்வளவுதானே. அவள் விருப்பம் அப்படியானால் என்னைப் பார்த்துச் சிரிக்கட்டும், ஆனால் எனக்குக் கொஞ்சம் நம்பிக்கை அளிக்க வேண்டும், திரும்பவும் சந்திக்கப் போவதில்லை என்றாலுங்கூட வாய் திறந்து இரண்டு வார்த்தை பேச வேண்டுமென்கிறேன், அதிகம் வேண்டாம் இரண்டே இரண்டு வார்த்தை!.. ஆனால் நீங்கள் சிரிப்பது தெரிகிறது எனக்கு... அதற்காகத்தானே இவற்றையெல்லாம் உங்களிடம் சொல்கிறேன்..."

"நீங்கள் வருத்தப்படக்கூடாது, நான் ஏன் சிரிக்கிறேன் என்றால், நீங்களே உங்களுக்கு எதிரியாக இருக்கிறீர்கள்; நீங்கள் முயற்சி செய்து பார்த்திருந்தால் வெற்றி கிட்டியிருக்கலாம். தெருவிலே நடப்பதாகவே இருக்கட்டுமே, முடியுமானால் அதுவும் நல்லது தானே... நல்ல சுபாவமுள்ள எந்தப் பெண்ணும் அப்படி மன்றாடிக் கேட்கும்போது இரண்டு வார்த்தைகூட பேசாமல் உங்களைப் போகச் சொல்லிவிட மாட்டாள். அசடாக அல்லது அந்த நேரத்தில் எதைப் பற்றியோ கோபங் கொண்டவளாக இருந்தால் ஒழிய அப்படிச் செய்ய எவளுக்கும் மனம் வராது... அடே, யோசிக்காமலே பேசுகிறேன் நான்! ஆம், உங்களைப் பைத்தியக்காரன் என்றுதான் நினைத்துக் கொண்டுவிடுவாள்! எல்லோரும் என்னைப் போன்றே இருப்பார்களென எண்ணிக் கொண்டு விட்டேன். உலகில் வாழ்வோர் எப்படிப்பட்டவர்கள் என்பது பற்றி எனக்குத் தெரிந்தது அவ்வளவுதான்!"

"ஓ, நன்றி உங்களுக்கு! இப்பொழுது எனக்கு நீங்கள் எவ்வளவு பெரிய காரியம் செய்திருக்கிறீர்கள் என்று தெரியாது உங்களுக்கு?" என்று நான் வாய்விட்டுக் கூறினேன்.

"அது சரிதான்! ஆனால் இதைச் சொல்லுங்கள், நான் இந்த மாதிரி இருப்பேன் என்று உங்களுக்கு எப்படித் தெரிந்தது...

அதாவது நீங்கள் பழகுவதற்கும் நட்பு கொள்வதற்கும் ஏற்றவளாக இருப்பேன் என்று... நீங்கள் சொன்னீர்களே அடுப்பங்கரைப் பெண்ணென்று, அம்மாதிரி இருக்க மாட்டேன்னு எப்படித் தெரிந்தது? நீங்கள் ஏன் என்னை அணுகலாமென்று நினைத்தீர்கள்?"

"ஏன் நினைத்தேனா?.. நீங்கள் தனியே இருந்தீர்கள், அந்தக் கனவான் எதற்கும் துணிந்தவராக இருந்தார், இரவு நேரம்; ஆகவே நீங்களே ஒத்துக்கொள்ளலாம்; அம்மாதிரியான நிலைமையில் அது என் கடமை..."

"நான் அதைக் கேட்கவில்லை, அதற்கு முன்பு, தெருவின் அந்தப் பக்கத்திலே இருந்தபோது என்னிடம் வர விரும்பினீர்கள் அல்லவா?"

"தெருவின் அந்தப் பக்கத்திலா? உண்மையில் எப்படிச் சொல்வதென்று எனக்குத் தெரியவில்லை... இன்று நான் மகிழ்ச்சியால் பூரிப்புற்றிருந்தேன், தெரியுமா உங்களுக்கு? நான் பாடிக்கொண்டே நடந்து வந்தேன். நகருக்கு வெளியே போய்விட்டு வந்தேன், என்றுமில்லாதபடி அப்படி இன்பக் களிப்புற்றிருந்தேன். ஆனால் நீங்கள்... அது என் கற்பனையாகவே இருந்திருக்கலாம்... அதை நினைவுப்படுத்துவதற்காக மன்னிக்கவேண்டும்: நீங்கள் அழுவதாக நினைத்தேன், என்னால்... அதை என்னால் சகிக்க முடியவில்லை... என் இதயம் வெடித்துவிடும் போலிருந்தது... அட தெய்வமே! உங்களுக்காக வருந்துவதற்குக் கூடவா அனுமதி இல்லை எனக்கு! உங்கள் பால் நான் சோதர அனுதாபம் கொள்வதுகூட தகாத செயலா, என்ன? என்னை மன்னிக்கவேண்டும், அனுதாபம் கொண்டதாகக் கூறினேன்... சரி, அதிகம் நீட்டாமலே சொல்கிறேன்: உங்களிடம் வர வேண்டுமென என்னையும் மீறி திடீரென்று எனக்கு ஒரு விருப்பம் ஏற்பட்டது குற்றம் அல்லவே!"

"போதும், அதைப்பற்றி இனி பேச வேண்டாம்" என்று அவள் என் கையை அழுத்திப் பிடித்துக்கொண்டாள். "தவறு என்னுடையதுதான், நான்தான் இந்தப் பேச்சைத் தொடங்கினேன். ஆனால் உங்களைப் பற்றி நான் நினைத்தது தவறாகிவிடவில்லை என்று மனம் மகிழ்கிறேன்... சரி, இதோ வந்துவிட்டோம்; இந்தச் சந்தில் தான் நான் திரும்ப வேண்டும், இரண்டு தப்படி நடந்தால் போதும். போய்வருகிறேன், வணக்கம்! உங்களுக்கு நன்றி..."

“அவ்வளவுதானா, சாத்தியம்தானா இது? இனி நாம் சந்திக்கப் போவதில்லையா? இதோடு யாவும் முடிந்துவிட வேண்டியது தானா?”

“நீங்களே பாருங்கள், ஆரம்பத்தில் சொன்னீர்கள் நீங்கள் விரும்பியது எல்லாம் இரண்டே இரண்டு வார்த்தைதான் என்று, ஆனால் இப்பொழுது...” என்று அந்தப் பெண் சிரித்துக் கொண்டாள். “நான் திடமாக ஒன்றும் சொல்ல விரும்பவில்லை. ஒருவேளை திரும்பவும் நாம் சந்திக்க நேரலாம்...”

“நாளைக்கு இங்கு வந்து காத்திருப்பேன்” என்றேன் நான். “ஓ, நீங்கள் என்னை மன்னிக்கவேண்டும். விடாக்கண்டனாக உங்களைத் தொல்லை செய்கிறேன்...”

“ஆம், நீங்கள் பொறுமையில்லாதவராக இருக்கிறீர்கள், விடாக்கண்டன் மாதிரிதான் இருப்பீர்கள் போலிருக்கிறது...”

“இதைக் கேளுங்கள், இதைக் கேளுங்கள்!” என்று அவளை இடைமறித்தேன். “திரும்பவும் நான் ஏதாவது தவறுதலாகப் பேசினால் என்னை மன்னிக்க வேண்டும். ஆனால் என் நிலை இதுதான்: என்னால் நாளைக்கு இங்கு வராமல் இருக்க முடியாது. நான் கனவு காண்கிறவன், மெய்யான வாழ்க்கை அதிகம் இல்லாதவன். இப்பொழுது கிடைத்துள்ள இவை போன்ற தருணங்கள் எனக்கு வாய்ப்பது அரிதாகையால் என் கனவுகளில் இவற்றை நான் திரும்பத் திரும்ப வாழ்ந்து மகிழ்ந்து கொண்டுதான் இருப்பேன். இரவு முழுதும் நான் உங்களைப் பற்றிக் கனவு காண்பேன், வாரம் முழுதும், ஓராண்டுப் பூராவும் உங்களைப் பற்றிக் கனவு காண்பேன். நாளைக்கு நிச்சயம் நான் இங்கு வருவேன், இதே இடத்துக்கு இதே மணி நேரத்துக்கு வருவேன், முந்திய நாள் நடந்ததை எல்லாம் நினைத்து ஆனந்தமடைவேன். இதற்குள்ளாகவே எனக்கு இந்த இடம் நினைக்க நினைக்க இன்பம் தரும் இடமாகிவிட்டது. பீட்டர்ஸ்பர்கில் எனக்கு இதுபோன்ற இரண்டு மூன்று இடங்கள் இருக்கின்றன. ஒரு முறை என் நினைவுகள் என்னை அழச் செய்துவிட்டன. நீங்கள் அழுதீர்களே அது போல... யாருக்குத் தெரியும் சற்று முன்பு, பத்து நிமிடங்களுக்கு முன்பு உங்களுடைய நினைவுகள் தான் அப்படி உங்களை அழச் செய்தனவோ, என்னவோ. என்னை மன்னித்துவிடுங்கள், மறுபடியும் நான் என்னையே மறந்துவிட்டேன். இந்த இடம்

முன்பொரு நாள் நீங்கள் மட்டிலா மகிழ்ச்சியுற்று இன்பமடைந்த இடமாக இருந்தாலும் இருக்கலாம்..."

"சரி, நாளைக்குப் பத்து மணிக்கு நான் இங்கு வரலாமென்று இருக்கிறேன்" என்றாள். "நீங்கள் வரக் கூடாதென்று என்னால் தடை விதிக்க முடியாது. நான் இங்கு வர வேண்டியிருக்கிறது, உங்களைச் சந்திப்பதற்காக என்று நினைக்கவேண்டாம். என் சொந்த வேலையை முன்னிட்டு இங்கு நான் வர வேண்டியிருக்கிறதென்று எச்சரிக்கை செய்ய விரும்புகிறேன். ஆனால் ஒன்று... சரி, ஒளிக்காமலே சொல்கிறேன் கேளுங்கள்: நீங்களும் இங்கு வருவதானால் எனக்கு ஆட்சேபம் இல்லை. முதலாவதாக, இன்று இரவு நடந்த மாதிரி அசம்பாவிதமாக ஏதாவது நடக்கலாமல்லவா? ஆனால் இதுவல்ல நான் கூற விரும்புவது. சுருங்கச் சொன்னால் உங்களைப் பார்க்க வேண்டுமென்று நினைக்கிறேன், அவ்வளவுதான்... உங்களுடன் இரண்டு வார்த்தைகள் பேசவேண்டும். ஆனால் என்னைப் பற்றி நீங்கள் தவறாக நினைக்கக் கூடாது. எளிதில் நான் சந்திக்க முன்வருகிறேன் என்று எண்ணக்கூடாது... இப்பொழுது நான் முன்வருவதுகூட எதற்காக என்றால்... ஆனால் அது இரகசியம், இப்பொழுது சொல்லமாட்டேன்! ஒரு நிபந்தனை மட்டும் போடுகிறேன்."

"நிபந்தனையா? என்ன அது, சொல்லுங்கள்! இப்பொழுதே சொல்லுங்கள்! எந்த நிபந்தனையானாலும் ஒத்துக்கொள்கிறேன். எதற்கும் நான் தயார்" என்று குதூகலத்தோடுக் கூறினேன். "நான் எனக்குப் பொறுப்பு ஏற்றுக்கொள்கிறேன், பணிவாகவும் மரியாதையாகவும் நடந்துகொள்வேன்... என்னை உங்களுக்குத் தெரியும்."

"உங்களை எனக்குத் தெரியும் என்பதால் தான் நாளைக்கு இங்கே வரும்படி அழைக்கிறேன்" என்று சிரித்தவாறு பதிலளித்தாள் அவள். "உங்களை நன்றாகத் தெரியும் எனக்கு. ஆனால் ஒரு நிபந்தனையின் பேரில் தான் வரவேண்டும், நினைவிருக்கட்டும் (தயவு செய்து நீங்கள், நான் சொல்லுகிறபடி நடந்துகொள்ள வேண்டும் - நீங்களே பாருங்கள், எதையும் நான் மறைக்காமல் சொல்கிறேன்), நீங்கள் என் மீது காதல் கொள்வதில்லை என்ற நிபந்தனையின் பேரில்தான் வரவேண்டும்... அப்படி எதுவும் நடைபெறக் கூடாது. தீர்மானமாகச் சொல்கிறேன். உங்களுடன் நட்பு கொள்வதற்குத் தயாராயிருக்கிறேன். இதோ என் நேசக்

கரம்... ஆனால் என்மீது நீங்கள் காதல் கொள்ளக் கூடாதென்று வேண்டுகிறேன்!"

"சத்தியம் செய்து தருகிறேன்!" என்று கூறியவாறு, அவள் கையைப் பற்றிக் கொண்டேன்.

"வேண்டாம், சத்தியம் செய்ய வேண்டாம். எனக்குத்தான் தெரியுமே, வெடிமருந்து மாதிரி நீங்கள் ஆர்த்தெழுந்துவிடக் கூடிய ஆளென்று. இப்படிச் சொல்வதற்காகக் கோபித்துக் கொள்ளாதீர்கள். என்னைப் பற்றி தெரிந்திருந்தால் ஒருபோதும் நீங்கள் கோபித்துக்கொள்ள மாட்டீர்கள்... எனக்கும் பேசுவதற்கு யாருமில்லை, ஆலோசனை கூற எவருமில்லை. மெய்தான், ஆலோசகர்களைத் தேடிப்பிடிப்பதற்குத் தெரு தக்க இடமல்ல, ஆனால் நீங்கள் இதற்கு ஒரு விதிவிலக்கு இருபது ஆண்டுகளாக நாம் இருவரும் நண்பர்களாக இருப்பது போல அவ்வளவு நன்றாக உங்களைத் தெரிந்துகொண்டு விட்டதாக நினைக்கிறேன். உங்கள் வாக்குறுதியை மீற மாட்டீர்களே?"

"நீங்களேதான் பாருங்களேன்... ஆனால் இடையிலுள்ள பொழுதில் எப்படி நான் உயிர் பிழைத்திருக்கப் போகிறேனோ தெரியவில்லை."

"நிம்மதியாய்த் தூங்குங்கள், அதுதான் வழி. போய் வருகிறேன். என் நம்பிக்கைக்கு உரியவராக உங்களை ஏற்றுக் கொண்டு விட்டேன் என்பது நினைவிருக்கட்டும். உள்ளத்தில் எழும் உணர்ச்சி ஒவ்வொன்றுக்குமா, சோதர அனுதாபத்துக்குங்கூடவா நியாயம் கூறிக் கொண்டிருக்க வேண்டுமென்று நீங்கள் எவ்வளவு நன்றாகச் சொன்னீர்கள்! உங்களை நம்பலாம், உங்களிடம் சொல்லலாம் என்று உடனே என் மனத்துள் ஓர் எண்ணம் தோன்றும்படி நீங்கள் அதை அவ்வளவு நன்றாகக் கூறினீர்கள், தெரியுமா?"

"நிச்சயமாகச் சொல்லலாம், என்ன அது? சொல்லுங்கள், புண்ணியம் உண்டு!"

"நாளை வரை காத்திருங்கள். அது வரை தெரியாத இரகசியமாய் இருக்கட்டும். உங்களுக்கும் நல்லதுதான், அது வரை காவியம்போல் உங்களது காற்பனையைக் கிளறுவதாய் இருக்கும். யாவற்றையும் நாளைக்கு உங்களிடம் சொன்னாலும் சொல்லுவேன், சொல்லாமல் இருந்தாலும் இருப்பேன். முதலில்

உங்களுடன் மேலும் பேசுவேன், ஒருவரையொருவர் நாம் இன்னும் நன்றாகத் தெரிந்து கொள்வோம்...”

“சரி, அப்படியே செய்யலாம்! நாளைக்கு என்னைப் பற்றி உங்களிடம் யாவற்றையும் சொல்கிறேன்! ஆனால் என்ன இது? நம்பமுடியாத அதிசயமாய் இருக்கிறதே... தெய்வமே, நான் எங்கே இருக்கிறேன்?.. இதைச் சொல்லுங்கள், உங்களுக்கு மனக்குறை எதுவும் இல்லையே? ஏன் கேட்கிறேன் என்றால், வேறு யாரையும் போல நீங்கள் கோபப்படவே இல்லை, ஆரம்பத்திலேயே என்னைத் தூர விலகிப்போகச் சொல்லவில்லை. இரண்டே நிமிடங்களில் நீங்கள் என்னை என்றென்றைக்குமாக இன்பமடையச் செய்துவிட்டீர்கள். ஆம், இன்பத்தில் திளைக்கச் செய்துவிட்டீர்கள்! ஒருகால் என்னுடன் எனக்கு இணக்கம் உண்டாக்கி வைத்துவிட்டீர்களா, என் சந்தேகங்களை எல்லாம் விரட்டியடித்துவிட்டீர்களா, அறியேன் நான். அல்லது எல்லாம் என் கற்பனைதானா?. சரி, யாவற்றையும் நாளைக்கு உங்களிடம் சொல்கிறேன். யாவற்றையும் நீங்கள் தெரிந்து கொள்வீர்கள்; ஆம், யாவற்றையும்...”

“சரி, ஆகட்டும். நீங்கள் தான் முதலில் பேச வேண்டும்.”

“அதற்கென்ன, பேசுகிறேன்.”

“வணக்கம்!”

“வணக்கம்!”

இருவரும் விடைபெற்றுக்கொண்டோம். இரவு முழுவதும் நான் நடந்தேன், அறைக்குத் திரும்ப மனம் இல்லை. அப்படி இன்பக் களிப்புற்றேன்... நாளை மீண்டும் சந்திப்போம்!

இரண்டாம் இரவு

"பார்த்தீர்களா, எதுவும் நேர்ந்துவிடவில்லை, உயிருடன்தான் இருக்கிறீர்கள்!" என்று சிரித்தவாறு அவள் என் இரு கைகளையும் பிடித்துக் குலுக்கினாள்.

"இரண்டு மணி நேரமாக இங்கே இருக்கிறேன்! எனக்கு இந்த நாள் எப்படி இருந்ததென்று உங்களுக்குத் தெரியாது!"

"ஏன் தெரியாது? நன்றாகத் தெரியும்... இது இருக்கட்டும், நாம் வந்த காரியத்தைக் கவனிக்கலாம். இங்கு ஏன் வந்திருக்கிறேன் தெரியுமா? நேற்று இரவில் நடந்த மாதிரி வீண் பேச்சு பேச இங்கு நான் வரவில்லை. இனி நாம் புத்திசாலித்தனமாக நடந்து கொள்ள வேண்டும். நேற்று இரவு நெடுநேரம் இது பற்றி சிந்தித்தேன்."

"எந்த விதத்தில் புத்திசாலித்தனமாக நடந்து கொள்ளணும்? நான் தயார்தான், ஆனால் என் வாழ்வில் எனக்கு இதைக் காட்டிலும் புத்திசாலித்தனமான ஒன்று நிகழ்ந்ததே இல்லை!"

"மெய்தானா? முதலில் நான் கேட்டுக் கொள்வது என்னவெனில் என் கைகளை நீங்கள் இப்படி நெரிக்கக்கூடாது. இரண்டாவதாக, உங்களைப் பற்றி இன்று நான் நெடுநேரம் சிந்தித்துப் பார்த்தேன்."

“அப்படியா? என்ன முடிவுக்கு வந்தீர்கள்?”

“என்ன முடிவுக்கா? தொடக்கத்திலிருந்தே நாம் ஆரம்பிக்க வேண்டுமென்ற முடிவுக்கு வந்தேன். ஏனென்றால் உங்களைப் பற்றி எனக்கு ஒன்றும் தெரியாது என்பதை இன்று காலை நான் உணரலானேன். நேற்று இரவு நான் சிறுபிள்ளைப் போல, அசட்டுச் சிறுமியைப் போல நடந்து கொண்டதை உணர்ந்தேன். இரக்கம் மிகுந்த என் உள்ளத்தால் இக்குறை நேர்ந்ததென்பது தெரிய வந்தது. அதாவது தமது செயல்களை ஆராயப் புகும் ஒருவர் எப்பொழுதுமே செய்வதுபோல முடிவில் நான் என்னையே புகழ்ந்து கொண்டேன். ஆகவே என் குறையை நிவர்த்தி செய்துகொள்ளும் பொருட்டு, ஒரு சிறு விவரமும் விடாமல் உங்களைப் பற்றி யாவற்றையும் தெரிந்துகொள்வதென்று முடிவு செய்தேன். ஆனால் இவற்றை எனக்குத் தெரிவிக்கக் கூடியவர்கள் யாரும் இல்லையாதலால், நீங்கள் தான் யாவற்றையும் எனக்குச் சொல்லவேண்டும், உங்களது இரகசியங்களை எல்லாம் கூறவேண்டும். சரி, நீங்கள் எப்படிப்பட்ட ஆள்? சீக்கிரமாகச் சொல்லுங்கள், உங்கள் கதை பூராவையும் சொல்லுங்கள்.”

“என் கதையா?” என்று மிரண்ட குரலில் கேட்டேன். “யார் சொன்னது, எனக்கு ஒரு கதை உண்டென்று? எந்தக் கதையும் இல்லை எனக்கு...”

“கதை ஏதும் இல்லாமல், எப்படி நீங்கள் வாழ்ந்தீர்களாம்?” என்று சிரித்தவாறு என்னை அவள் இடைமறித்தாள்.

“கதை இல்லாமலேதான் நான் வாழ்ந்து வந்திருக்கிறேன்! தன்னந்தனியனாக வாழ்ந்து வந்துள்ளவன், அவ்வளவுதான். அதாவது நான் முற்றிலும் தனியாகவே - ஆம், தனியனாய் - இருந்துள்ளவன். தனியனாய் இருப்பதென்றால் என்ன தெரியுமா உங்களுக்கு?”

“அதெப்படி தனியனாய் இருப்பது? யாரையும் நீங்கள் பார்ப்பதே இல்லை என்றா சொல்கிறீர்கள்?”

“இல்லை, இல்லை! பார்க்கிறேன், இருந்தாலும் நான் தனியன்தான்.”

“யாரோடும் பேசுவது இல்லையா?”

“சரியானபடி சொல்வதெனில், யாரோடும் பேசுவதில்லை.”

“அப்படியானால் நீங்கள் எம்மாதிரியான ஆள் என்பதைக் கொஞ்சம் விளங்கும்படிச் சொல்லுங்கள்! இருங்கள். நானே சொல்கிறேன், எனக்கு ஒன்று தோன்றுகிறது; எனக்கு பாட்டி இருக்கிற மாதிரி ஒருவேளை உங்களுக்கும் ஒரு பாட்டி இருக்குமோ? என்னுடைய பாட்டிக்குக் கண் தெரியாது, பாட்டி என்னை வெளியே எங்கும் போகவிடாது, நான் வெளியே சென்று எவ்வளவோ காலமாகிறது. எனக்கு யாருடனும் பேசுகிற பழக்கமே அனேகமாய் அற்றுப்போய் விட்டது. இரண்டு ஆண்டுகளுக்கு முன்பு ஒரு தரம் நான் செய்யக்கூடாத ஒரு காரியம் செய்துவிட்டேன். இனி என்ன சொன்னாலும் வீட்டிலே அடைந்து கிடக்கமாட்டேன் என்பதைக் கண்டதும் பாட்டி என்னை அருகே கூப்பிட்டு என்னுடைய உடையைத் தன்னுடையதுடன் சேர்த்து வைத்து ஊக்கு போட்டுக் குத்திவிட்டது - அது முதலாக நாங்கள் இருவரும் இப்படித்தான் தினமும் ஊக்கு போட்டு இணைக்கப்பட்டு உட்கார்ந்திருக்கிறோம். கண் தெரியாவிட்டாலும் என் பாட்டி காலுறை பின்னிக்கொண்டு உட்கார்ந்திருக்கும், நான் பக்கத்தில் அமர்ந்து கொண்டு எதாவது தைப்பேன், அல்லது பாட்டிக்குப் புத்தகம் படித்துக் காட்டுவேன் - ஊக்கு போட்டுக் குத்தி உட்கார வைக்கப்படும் இத்தகைய விபரீதம் இரண்டு ஆண்டுகளாக நடைபெறுகிறது...”

“அட கடவுளே! இப்படியுமா ஒரு கஷ்டம் வரும்! எனக்கு அப்படி ஒரு பாட்டி யாருமில்லை.”

“இல்லை என்றால் பிறகு நீங்கள் வீட்டிலே அடைபட்டுக் கிடக்க காரணம் என்ன?”

“நான் எப்படிப்பட்டவன் என்று தெரிந்துகொள்ள விரும்புகிறீர்களா?”

“ஆமாம், ஆமாம்!”

“துல்லியமாகவா?”

“மிக மிகத் துல்லியமாக!”

“சரி சொல்கிறேன் கேளுங்கள், நான் ஒரு தனி ரகம்.”

“தனி ரகமா? அது என்ன, தனி ரகம்?” என்று வியந்து கூவியவாறு அவள் வாய்விட்டுச் சிரித்தாள். ஓராண்டு முழுதும் சிரிக்க வாய்ப்பில்லாதவளாய் இருந்தவளோ என்று நினைக்கும்படி அப்படி ஆனந்தமாய்ச் சிரித்தாள். “நீங்கள் ரொம்ப வேடிக்கையான

ஆள்! அதோ ஒரு பெஞ்சு இருக்கிறது. அதில் உட்கார்ந்து கொள்வோம். இங்கு யாரும் வருவதில்லை, நாம் பேசுவது யார் காதுக்கும் எட்டாது. இனி உங்கள் கதையைச் சொல்ல ஆரம்பியுங்கள். ஏனெனில் நீங்கள் என்ன சொன்னாலும் நிச்சயம் உங்களிடம் ஒரு கதை இருக்கிறது, அதைச் சொல்லாமல் மறைக்கப் பார்க்கிறீர்கள். முதலில், 'தனி ரகம்' என்றால் என்ன?"

"தனி ரகமா? தனி ரகம் என்றால் கிறுக்கு ஆள், வேடிக்கை யான ஆள் என்று அர்த்தம்." இதைச் சொல்லிவிட்டு, சிறுபிள்ளையைப் போன்ற அவளுடைய சிரிப்பிலே நானும் சேர்ந்துகொண்டு சிரித்தேன். அது ஒரு தனிவகைக் குணச்சித்திரத்தைக் குறிப்பதாகும். சரி இதைக் கேளுங்கள், கனவுகாண்கிறவனைத் தெரியுமா உங்களுக்கு?"

"கனவுகாண்கிறவன்தானே? யாருக்குத்தான் தெரியாதாம்? நான் கூட கனவுகாண்கிறவள் தான்! பாட்டிக்குப் பக்கத்தில் உட்கார்ந்திருக்கையில் சில நேரம் என் மண்டையில் என்னவெல்லாம் உதிக்கும்! விதம் விதமாய்க் கனவுகள் காண ஆரம்பித்துவிடுவேன், அவை என்னை எங்கெல்லாமோ தூக்கிச் சென்றுவிடும் - அப்புறம் நான் சீனத்து அரசிளங்குமரனை மணம் புரிந்து கொள்வதாக ஒரு கற்பனை பிறக்கும்! சிலநேரம் கனவு காண்பதும் நல்லதுதான், தெரியுமா! இல்லை, சொல்லமுடியாது; வேறு ஒன்றைப் பற்றி சிந்திக்க வேண்டியபோது கனவு கண்டு கொண்டிருந்தால் எப்படி?" என்று இப்பொழுது சற்று கருத்தார்ந்த முறையில் கூறினாள்.

"சபாஷ்! சீனத்து அரசிளங்குமரனை மணம்புரிந்து கொள்வதாய்க் கற்பனை செய்தவளாதலால் எளிதில் நீங்கள் என்னைப் புரிந்துகொண்டு விடுவீர்கள். நான் சொல்கிறேன் கேளுங்கள்... ஆனால் அதன் முன் உங்கள் அனுமதியுடன் இதைக் கேட்க விரும்புகிறேன்: உங்கள் பெயர் என்ன? இன்னமும் நான் உங்கள் பெயரை தெரியாதவனாக இருக்கிறேனே!"

"நல்லவேளை! இப்பொழுதாவது ஞாபகம் வந்ததே!"

"அட தெய்வமே, எனக்கு அந்த நினைப்பே வரவில்லை. குறைவிலா இன்பத்தில் அப்படித் திளைத்திருந்துவிட்டேன்."

"என் பெயர் நாஸ்தென்கா."

"நாஸ்தென்கா - அவ்வளவுதானா?"

“அவ்வளவுதான்! போதாதா? பேராசைக்காரராய் இருக்கிறீர்களே!”

“ஏன் போதாது? அதிகம், அதிகம்! எதேஷ்டம்! நாஸ்தென்கா, நீங்கள் தங்கமான பெண்! ஏனென்றால் எடுத்ததுமே நான் உங்களை நாஸ்தென்கா என்று அழைக்க அனுமதித்து விட்டீர்களே!”

“நானும் அப்படித்தான் நினைக்கிறேன். சரி, சொல்லுங்கள்.”

“நாஸ்தென்கா, இந்த வேடிக்கையான கதையைக் கேளுங்கள்!”

அவளுக்குப் பக்கத்தில் அமர்ந்து பக்தி சிரத்தை வாய்ந்த உருக்கமான பாவனையோடு, மனப்பாடம் செய்த வாசகத்தை ஒப்பிப்பதுபோல, சொல்லத் தொடங்கினேன்:

“நாஸ்தென்கா, உங்களுக்குத் தெரியுமோ என்னமோ, ஆனால் பீட்டர்ஸ்பர்கில் விசித்திரமான சில முடுக்குகள் இருக்கின்றன. நகரின் ஏனைய எல்லாப் பகுதிகளிலும் பிரகாசிக்கும் கதிரவன் அவ்விடங்களில் எட்டிப் பார்ப்பதாகவே தெரியாது. வேறொரு கதிரவன், ஒரு புது வகைக் கதிரவன், தொலைவிலுள்ள அந்த முடுக்குகளுக்கென உருவாக்கப்பட்ட ஒன்று, அங்கு ஒளி விடுகிறான். அவன் அங்கு யாவற்றின் மீதும் வேறுவிதமான, தனி வகைப்பட்ட ஒளிக்கதிர்களை வீசுகிறான். அந்தத் தொலை முடுக்குகளில் வாழ்க்கையானது நம்மைச் சுற்றிலும் அலைமோதும் இந்த வாழ்க்கையை எவ்வகையிலும் ஒத்ததாயில்லை, முற்றிலும் வேறான ஒரு தனி உலகுக்குரியதாய்த் தோன்றுகிறது. காவியக் கதைக்குரிய ஓர் அதிசய உலகில் காணத்தக்கதே அன்றி, நமது புவிக்கோளத்தில் நாம் வாழும் மெத்தக் கடினமான இக்காலத்தில் காணக்கூடிய வாழ்க்கையே அல்ல அது. அந்த வாழ்க்கை விசித்திரமான ஒரு கலப்படம்; கட்டுக்கடங்காத முழுநிறைக் கற்பனையும், உணர்ச்சித் துடிப்புள்ள இலட்சிய நோக்கும், இவற்றுடன் கூடவே (அந்தோ, நாஸ்தென்கா!) சோபையின்றி சலிப்பூட்டும் சர்வசாதாரணமானவையும், ஏன் நம்ப முடியாத அளவுக்கு அற்பமானவை என்றுகூட சொல்லத்தக்கவையும் ஒன்று சேர்ந்த ஒரு கலப்படம்.”

“அடே அப்பா! பிரமாதமான பீடிகையாக அல்லவா இருக்கிறது! மேற்கொண்டு என்னவெல்லாம் கேட்கப் போகிறேனோ?”

“நாஸ்தென்கா (உங்களது பெயரை எத்தனை தரம் சொன்னாலும் எனக்கு வாய் அலுக்காது!) இன்னும் கூறுகிறேன் கேளுங்கள்.

இந்தத் தொலை முடுக்குகளில் வாழ்வோர் வினோதப் பிறவிகள் - அவர்கள் கனவுகாண்கிறவர்கள்! கனவுகாண்கிறவன் - இவனுடைய கறாரான இலக்கணத்தை நீங்கள் தெரிந்துகொள்ள வேண்டும். இவன் மெய்யான மனிதப் பிறவியல்ல, ஒரு வித அஃறிணைப் பிறவி. பகலின் வெளிச்சத்திலிருந்து பதுங்குகிறவனைப் போல இவன், எளிதில் அணுக முடியாத ஒரு முடுக்காகப் பார்த்து ஒண்டிக் கொண்டுவிடுகிறான். இப்படி ஒரு கூட்டைத் தேடிப்பிடித்து அதனுள் புகுந்து கொண்டதும் அவன் இந்தக் கூட்டிலிருந்து பிரிக்க முடியாதபடி அதனுடன் ஒட்டிக் கொண்டுவிடுகிறான் - நத்தை போல. அல்லது இன்னும் சொன்னால், இந்த விவகாரத்தில் அவன், ஒருங்கே வீடாகவும் உயிர்ப் பிராணியாகவும் இருக்கும் ஆமை எனப்படும் அந்த வேடிக்கையான பிராணியை ஒத்தவனாகிவிடுகிறான். தன்னைச் சுற்றிலுமுள்ள அந்த நான்கு சுவர்களிடம் - தவறாமல் இச்சுவர்கள் பச்சை வர்ணம் பூசப்பட்டு, அழுக்கு பிடித்து, சகிக்க முடியாத அளவுக்குப் புகையடைந்து துயரமூட்டுபவையாகவே இருக்கும் - ஏன் அவனுக்கு இந்த மோகம்? அவனுடைய சொற்ப நண்பர்களில் ஒருவன் அவனைப் பார்க்க வரும்போது (முடிவில் அவன் நண்பனே எஞ்சியிராத நிலையை எய்தி விடுவான்) இந்த அதி வினோத மனிதன் அந்நண்பனை எதிர்கொண்டு அழைக்கையில் ஏன் இப்படிக் குழப்பமுற்றுக் கதிகலங்கி விடுகிறான்? ஏன் இப்படித் திகைப்புற்றுத் தடுமாறுகிறான்? தனது நான்கு சுவர்களுக்கு நடுவே ஏதோ பெருங்குற்றம் புரிந்தவனைப் போல, கள்ள நோட்டுகள் அச்சிட்டுக் கொண்டிருந்தவனைப் போல, கவிதைகளை எழுதிய கவிஞன் இறந்துவிடவே கவிஞனின் நண்பனாகிய தான் இக்கவிதைகளை வெளியிடுவது தன் புனிதக் கடமையெனக் கருதவதாகக் கூறும் அநாமதேயக் கடிதத்துடன் பத்திரிகைக்கு அனுப்புவதற்காகக் கவிதைகள் புனைந்து கொண்டிருந்தவனைப் போல ஏன் இப்படி அவனுடைய முகம் எட்டுக் கோணலாகிவிடுகிறது? நாஸ்தென்கா, நீங்களே சொல்லுங்கள், ஏன் இவர்கள் இருவரிடையிலும் நடைபெறும் உரையாடல் இப்படிப் பகட்டாகவும் போலியாகவும் இருக்கிறது? வந்த நண்பன் பிற சந்தர்ப்பங்களில் ஆனந்தமாகச் சிரித்தும் தமாஷாகப் பேசியும் பெண்பாலரையும் களிப்புக்குரிய பிற விவகாரங்களையும் பற்றி அரட்டையடித்தும் மகிழ்பவனாக இருப்பினும் ஏன் இப்பொழுது சிரிப்போ தமாஷோ இல்லாமல் திகைத்துப் போய் உட்கார்ந்திருக்கிறான்? புதிதாகப் பரிச்சயம் பெற்று முதல்முறையாக இங்கு வந்திருக்கிறான் என்பது தெளிவாகத்

தெரியும். இந்த நண்பன் (இரண்டாவது முறை என்பதாகப் பேச இடம் இருக்காது, ஏனெனில் இந்த நண்பன் மறுமுறை இங்கு வரவே மாட்டான்) தன்னை உபசரிப்பவனது கலவரத்தைக் கண்டதும் சுவாரசியமாகப் பேசும் திறனை (அது அவனுக்கு இருக்குமாயின்) அறவே இழந்து வாயடைத்துப் போய் ஏன் இப்படித் திருதிருவென்று விழிக்கிறான்? அவனை உபசரிப்பவன் உரையாடல் இடையிடையே தடைபட்டு நிற்காதபடி விறுவிறுப்பு உண்டாக்குவதற்காகவும், சமுதாயப் பாவனைகளில் தானும் தேர்ச்சியுடையவன் தான் என்று காட்டிக் கொள்வதற்காகவும், பெண்பாலரைப் பற்றி ஏதேனும் குறிப்பிட்டு அதன் மூலம் வேறு எதுவும் இல்லையேனும் தவறுதலாகத் தன்னைக் கண்டு செல்ல வந்துவிட்ட இந்தப் பரிதாப மனிதனது நேசத்துக்குத் தன்னை உரியவனாக்கிக் கொள்வதற்காகவும் தீரமிக்கவையே ஆயினும் பயன் ஏதும் இல்லாத முயற்சிகளைச் செய்து பார்த்துவிட்டுக் குழம்பிப் போய்ப் பொருத்தமாகப் பேசவோ செயல்படவோ முடியாதவனாக ஏன் இப்படித் திக்குமுக்காடுகிறான்? வந்தவன் ஏன் இப்படி இருந்தாற்போல் இருந்து ஒரு முக்கிய வேலை நினைவுக்கு வந்தவனாக அவசரமாய்த் தொப்பியைப் பற்றிக்கொண்டு திடுமெனக் கிளம்புகிறான்? உபசரிப்பவன் வருத்தம் தெரிவிக்கவும் நிலைமையைச் சரிசெய்யவும் படபடத்துப் பல வழிகளிலும் முயன்று பார்க்கையில், வந்தவன் அவனுடைய பரபரப்பான பிடியிலிருந்து கையை இழுத்து உதறிக்கொண்டு வெளியேறுகிறானே ஏன்? அறையை விட்டு வெளியே வந்ததும் ஏன் அப்படி விழுந்து விழுந்து சிரிக்கிறான்? இனி ஒருபோதும் இந்த அதிவினோதக் கிறுக்கனை - உண்மையில் இக்கிறுக்கன் அருமையான அற்புதமான மனிதன் - பார்க்க வரமாட்டேன் என்று அதே இடத்தில் அறுதியிட்டுத் தன்னுள் கூறிக்கொள்கிறானே, ஏன் அது? அதேபோதில் அவனையும் மீறி அவனுடைய கற்பனை ஒரு சிறு விளையாட்டில் ஈடுபட்டு ஓர் ஒப்புமை - வலிந்து பெறப்பட்டதே ஆயினும் - செய்து பார்க்கிறதே ஏன்? அதாவது தன்னை உபசரித்த நண்பனின் முகத்தை அறையில் இருவரும் பேசிக்கொண்டிருந்த அந்த நேரம் பூராவும் அம்முகத்தில் தெரிந்த உணர்ச்சிபாவத்தை, சிறுவர்கள் சிலரால் தகாத முறையில் பிடித்து இழுத்துச் சென்று பலவிதமாகவும் வதைத்துத் துன்புறுத்தப்பட்டு வெறுப்பேற்றப்பட்ட பரிதாபமான ஒரு பூனைக்குட்டி முடிவில் அவர்களிடமிருந்து தப்பியோடி நாற்காலிக்கு அடியில் பதுங்கி, அங்கமெல்லாம் சிலிர்த்துப் போய் ஓயாது தும்மிக்கொண்டும்

அவலம் தோய்ந்த சின்னஞ்சிறு முகத்தை இருபாதங்களால் துடைத்துக்கொண்டும் ஒருமணி நேரம் பதுங்கியிருக்க நேர்ந்த பிற்பாடு நெடுநேரம் அனைத்து உலகையும், அன்பான வேலைக்காரி, எஜமானன் சாப்பிட்ட மேஜையிலிருந்து அதற்குப் போடுவதற்காகப் பத்திரமாய் எடுத்து வைத்திருக்கும் அந்தத் துண்டுகளையும்கூட குரோதப் பார்வை கொண்டு நோக்கும்படி ஆகிவிடும் அந்தப் பூனைக்குட்டியின் உணர்ச்சி பாவத்துடன் ஒப்பிட்டுப் பார்க்கிறானே ஏன்?"

"இதோ பாருங்கள்" என்று வியந்துபோய் இவ்வளவு நேரம் விரிந்த கண்களுடனும் திறந்த வாயுடனும் என் பேச்சைக் கேட்டுக்கொண்டிருந்த நாஸ்தென்கா என்னை இடைமறித்தாள். "இதெல்லாம் ஏன் நடைபெற வேண்டுமென்று எனக்குத் தெரியவில்லை, நீங்கள் ஏன் இம்மாதிரி வேடிக்கையான கேள்விகள் கேட்கிறீர்கள் என்பதும் விளங்கவில்லை. ஆனால் ஆரம்பத்திலிருந்து கடைசி வரை நீங்கள் சொன்ன அந்த அனுபவங்கள் யாவும் உங்களுக்கு நேர்ந்தவைதான் என்பது மட்டும் எனக்கு நிச்சயமாகத் தெரிகிறது."

"நிச்சயமாக நேர்ந்தவைதான்" என்று நான் கண்டிப்பான முறையில் பதிலளித்தேன்.

"சரி, அப்படியானால் மேற்கொண்டு சொல்லுங்கள். இதெல்லாம் எப்படி முடியப்போகிறது என்று தெரிந்து கொள்ள ஆவலாக இருக்கிறேன்" என்றாள்.

"நாஸ்தென்கா, அந்தத் தொலை முடுக்கில் நமது கதாநாயகன் அதாவது நான் - ஏனெனில் இந்தக் கதையின் நாயகன் நானேதான், அடியேன் தான் - என்ன செய்து கொண்டிருந்தான் என்றுதானே தெரிந்துகொள்ள விரும்புகிறீர்கள். என் நண்பனின் எதிர்பாராத வருகை ஏன் என்னை நிலைகுலையச் செய்து அன்று முழுதும் கதிகலங்கிப்போய்த் திண்டாட வைத்தது என்று அறிய விரும்புகிறீர்கள் அல்லவா? திடுமெனக் கதவு திறந்ததும் ஏன் நான் அப்படித் துணுக்குற்றுப் பதைபதைத்துப் போனேன், என்னைப் பார்க்க வந்தவனை ஏன் நல்லபடி வரவேற்க இயலாதவனானேன், விருந்தினனை உபசரிக்கும் பொறுப்பு தாளமாட்டாதவனாக ஏன் அப்படி அவமானகரமாகக் குலைந்து போனேன் என்று அறிய விரும்புகிறீர்கள் அல்லவா?"

“ஆமாம், ஆமாம்!” என்றாள் நாஸ்தென்கா. “அதைத்தான் தெரிந்துகொள்ள விரும்புகிறேன். ஆனால் இதைக் கேளுங்கள், நீங்கள் பிரமாதமான முறையில் பேசுகிறீர்கள், அவ்வளவு பிரமாதமாக இல்லாமல் கொஞ்சம் சாதாரணமாய்ப் பேச முடியாதா உங்களால்? ஏன் சொல்கிறேன் என்றால் புத்தகத்திலிருந்து நீங்கள் படித்துக் காட்டுவது மாதிரி இருக்கிறது.”

“நாஸ்தென்கா!” என்று நான், எனக்கு வந்த சிரிப்பை எப்படியோ அடக்கிக்கொண்டு, கடுமையான, கண்டிப்பான குரலில் பதிலளித்தேன். “அருமை நாஸ்தென்கா, நான் பேசுவது பிரமாதமாகவே இருக்கும், எனக்குத் தெரியும். நீங்கள் மன்னிக்க வேண்டும் - என்னால் வேறு விதமாகப் பேசமுடியாது. நாஸ்தென்கா, இந்தத் தருணத்தில் நான் சாலமன் மன்னனுடைய ஆவியைப் போல இருக்கிறேன் - ஏழு முத்திரைகளிட்டுக் கெட்டியாக மூடப்பட்டு ஆயிரம் ஆண்டுகளாக ஜாடிக்குள் அடைபட்டிருந்த பின் ஏழு முத்திரைகளும் உடைக்கப்பட்டு வெளியே வந்ததே சாலமன் மன்னனின் ஆவி, அதைப் போன்றவனாக இருக்கிறேன், எனதருமை நாஸ்தென்கா, நெடுங் காலம் பிரிந்திருந்துவிட்டு மீண்டும் இப்பொழுது நாம் சந்திக்கிறபடியால் - ஆம், நாஸ்தென்கா, நெடுங்காலமாக உன்னை எனக்குத் தெரியும், நெடுநாட்களாக நான் தேடிக்கொண்டிருந்தேன்; இதெல்லாம் ஓர் அறிகுறி. நான் தேடியது உன்னைத்தான், நமது இந்தச் சந்திப்பு விதிவசத்தால் நேர்ந்தது என்பதற்கான அறிகுறி - என் மண்டைக்குள் ஆயிரம் மடைகள் திறந்து கொண்டு விட்டன. ஆற்றுவெள்ளமெனப் பெருக்கெடுக்கும் சொற்களை நான் பொழிந்தே ஆக வேண்டும். இல்லையேல் எனக்கு மூச்சு திணறிப்போகும். ஆகவே, நாஸ்தென்கா, என்னை இடைமறிக்காமல் பணிவுடனும் கவனமாகவும் என் பேச்சைக் கேட்குமாறு வேண்டுகிறேன், இல்லையேல் நான் மேற்கொண்டு பேசமாட்டேன்.”

“இல்லை, இல்லை! வேண்டாம்! நீங்கள் பேசுங்கள்! வாய் திறக்காமல் கவனமாகக் கேட்கிறேன்.”

“மேலும் சொல்கிறேன். எனதருமை நாஸ்தென்கா, தினமும் எனக்கு மிகவும் பிடித்த ஒரு மணிநேரம் இருக்கிறது. வேலைகள், கடமைகள், அலுவல்கள் எல்லாம் அநேகமாக முடிந்து அவரவர் வீட்டுக்கு விரைந்து செல்லும் நேரம் அது. சாப்பிடலாம், சற்று நேரம் கண்ணயரலாம், அல்லது சாலையில் வேகமாகச் செல்லும்போது அவரவரும் திட்டமிட்டபடி மாலையையும்

இரவையும் எஞ்சிய ஓய்வு நேரத்தையும் பல்வேறு உல்லாசப் பொழுதுபோக்குகளிலும் செலவிடலாமென்று விரைகின்றனர். அந்த நேரத்தில் நமது கதாநாயகனும் - நாஸ்தென்கா, படர்க்கையில் இந்தக் கதையை சொல்ல நீங்கள் அனுமதிக்க வேண்டும், தன்மைச் சுட்டில் இதையெல்லாம் நான் சொல்லத் தொடங்கினால் எனக்கு வெட்கம் தாளமுடியாது - ஆகவே அந்த நேரத்தில் நமது கதாநாயகனும், தனது அன்றாட வேலைகளை முடித்துக் கொண்டு எல்லோரையும் போலவே நடைபோடுகிறான். ஆனால் வெளிறிய, சற்று சோகை பிடித்த அவனது முகம் ஒரு வினோதமான உவகையால் மலர்ந்திருக்கிறது. கொஞ்சம் கருத்தூன்றியவனாகவே, அஸ்தமனச் சூரியன் பீட்டர்ஸ்பர்கின் குளிர்ந்த வானில் மெதுவாகச் சரிந்து மறைவதை உற்று நோக்குகிறான். இல்லை, நான் சொல்வது உண்மையல்ல, அவன் நோக்கவில்லை, தன்னினைவு இழந்து தியானம் புரிகிறவனைப்போல் பார்த்துச் செல்கிறான்; களைத்து விட்டவனைப்போல், அல்லது வேறு ஏதோ மிகவும் சுவையான ஆழ்ந்த சிந்தனையில் மூழ்கிவிட்ட காரணத்தால் தன்னைச் சுற்றிலுமுள்ளவற்றில் மேம்போக்காகக் கணப்பொழுது கவனத்துக்குமேல் செலுத்த முடியாதவனைப்போல் பார்த்துச் செல்கிறான். தொல்லை தரும் தனது அன்றைய அலுவல்கள் முடிந்துவிட்டன, விடியும்வரை இனி கவலையில்லை என்று மகிழ்கிறான். வகுப்பறையை விட்டு வெளியே சென்று தனக்குப் பிடித்த மாதிரி விளையாடவும் சேட்டை செய்யவும் அனுமதிக்கப் பட்டு விட்ட பள்ளிக்கூடச் சிறுவனைப்போல் குதூகலமடைகிறான். நாஸ்தென்கா, அவனைக் கொஞ்சம் பாருங்கள், இந்தக் குதூகல உணர்ச்சி அவனுடைய தளர்ச்சியுற்ற நரம்புகளுக்கும் பிணியுற்ற கற்பனைக்கும் எப்படி ஆரோக்கியமும் தெம்பும் அளித்திருக்கிறது பாருங்கள். இப்பொழுது அவன் எதைப் பற்றியோ ஆலோசனை செய்கிறான். இரவுச் சாப்பாட்டைப் பற்றி ஆலோசிக்கிறான் என்றா நினைக்கிறீர்கள்? அல்லது மாலைப் பொழுதுபோக்குகளைப் பற்றி இருக்குமோ? அப்படி உற்றுப் பார்க்கிறானே, அது என்ன? தடபுடலான அக்கனவான் ஓட்டக் குதிரைகள் பூட்டிய பளபளக்கும் கோச் வண்டியில் செல்லும் சீமாட்டிக்கு ஆடம்பரமாகத் தலை குனிந்து வணக்கம் தெரிவிப்பதையா? இல்லை, நாஸ்தென்கா, இந்த நேரத்தில், இது போன்ற அற்பக் காட்சிகளை எல்லாம் பொருட்படுத்துகிறவனா அவன்? தனக்கே உரிய அந்த நூதன வாழ்க்கையின் செல்வங்களில் அல்லவா புரண்டு கொண்டிருக்கிறான். திடுமெனக் கைவரப்பெற்ற செல்வங்கள் இவை. அஸ்தமனச்

சூரியனது கடைசிக் கதிர்கள் அவன் எதிரே வீணில் அப்படி ஆனந்தமாகப் பளிச்சிட்டுச் செல்லவில்லை. அவன் இதயத்தை அவை குதூகலிக்க வைத்து திரளான கற்பனை களை அதில் துள்ளியெழச் செய்துவிட்டுச் சென்றுள்ளன. முன்னர் இந்தச் சாலையில் அற்பமான சிறு விவரங்கள் கூட அவனைக் கவர்ந்திருக்கும், ஆனால் அதே சாலையை இப்பொழுது சற்றும் கவனியாது நடக்கிறான். ஏனெனில் ‘கற்பனா தேவி’ அவனுக்காகத் தனது தறியில் (அருமை நாஸ்தென்கா, நீங்கள் ஜுக்கோவ்ஸ்கியைப் படித்திருந்தால் தெரியும்) தங்கப்பாவு இழைகளை எப்படியெப்படியோ கோத்தமைத்துக் கனவுகளை, காவியச் சிறப்புடைத்த விந்தை வாழ்வு பற்றிய கனவுகளை மென்துகிலாய் நெய்யத் தொடங்கிவிட்டாளே. யாருக்குத் தெரியும், அற்புதமான கருங்கல் நடைபாதையில் வீடு நோக்கிச் சென்று கொண்டிருந்தவனை அவள் தனது மந்திரக் கோலை ஆட்டி ஏழாவது பளிங்குச் சொர்க்கத்துக்கு மாயமாகக் கொண்டு போய்விட்டாளோ என்னமோ? நீங்கள் அவனை நிற்கச் செய்து, எங்கே இருக்கிறீர்கள் அல்லது எந்தத் தெருக்கள் வழியே நடந்து வந்தீர்கள் என்று திடீரெனக் கேட்டால், பெரும்பாலும் அவனுக்கு எதுவுமே நினைவில் இருக்காது; எங்கெல்லாம் சென்றோம், எங்கே இருக்கிறோம் என்று சொல்லத் தெரியாமல் சங்கடத்துக்கு உள்ளாகி முகம் சிவந்துபோய், மானத்தைக் காப்பாற்றிக் கொள்வதற்காக ஏதாவது கதைக்க முற்படுவான். ஆதலால் தான் வயது முதிர்ந்த அந்தச் சீமாட்டி பணிவன்புடன் பேசி அவனை நடைபாதையின் நடுவே நிற்கச் செய்து, எங்கோ போவதற்கு அவனிடம் வழிகேட்டதும் அப்படித் துணுக்குற்றுப் போய் வாய்விட்டுக் கூச்சலிடும் நிலையை அடைந்து பீதியுடன் சுற்றிலும் பார்க்கிறான். இதெல்லாம் என்ன தொல்லை என்று முகம் சுளித்தவாறு நடக்கிறான். மெல்லச் சிரித்தபடி அவனைக் கடந்து சென்று பிறகு திரும்பிப் பார்க்கும் பாதசாரிகளும், அச்சமுற்று அவன் பாதையிலிருந்து விலகிச் சென்று பிறகு அவனுடைய சிந்தனையில் ஆழ்ந்த இளிப்பையும் சைகை செய்யும் கைகளையும் கண்டுவிட்டு மணி நாதமிட்டுச் சிரிக்கும் அந்தச் சிறுமியும் அவன் பார்வையில் படுவதாகவே தெரியவில்லை. ஆனால் அதே ‘கற்பனா தேவி’ சிறகடித்துப் பறக்கும் தனது குதூகல விளையாட்டில், வயது முதிர்ந்த அந்தச் சீமாட்டியையும் வியந்து அவனைப் பார்த்தபடி செல்லும் பாதசாரிகளையும் சிரிக்கும் அந்தச் சிறுமியையும் மற்றும் ஃபன்தான்காவில் (அதாவது நமது கதாநாயகன் அப்பொழுது அக்கால்வாயின்

கரையிலே செல்வதாக வைத்துக்கொண்டால்) அடைசலாய் நிற்கும் படகுகளில் இரவு உணவு அருந்தத் தொடங்கிவிட்ட அந்தப் படகோட்டிகளையும் தன்னுடன்கூட தூக்கி வந்து, சிலந்தி வலையில் ஈக்களும் சேர்த்து வைத்துப் பின்னப்பட்டிருப்பது போல தன்னுடைய தங்கத் துணியில் எல்லோரையும் எல்லாவற்றையும் சேர்த்திணைத்து நெய்து குறும்புகள் புரிகின்றாள். நமது அதிவினோத மனிதன் இந்தப் புதிய செல்வங்கள் பலவும் கிடைக்கப் பெற்றவனாகத் தனது இன்னரும் உறைவிடத்துக்கு வந்து சேர்கிறான். அங்கே அமர்ந்து இரவுச் சாப்பாடு சாப்பிட்டு முடிக்கிறான், எந்நேரமும் சிந்தனை தோய்ந்த துயரத் தோற்றம் கொண்ட அவனுடைய வேலைக்காரி மத்திரியோனா மேஜையைச் சுத்தம் செய்துவிட்டு அவனிடம் புகைக் குழாயைக் கொண்டுவந்து கொடுத்த பிறகுதான் தன் கனவுகளிலிருந்து விழித்துக்கொள்கிறான். மெல்ல அசைகிறான், சாப்பிடும் நினைவே இல்லாமல் ஏற்கனவே சாப்பிட்டு முடித்துவிட்டோமா என்று வியப்புறுகிறான். அறையில் இருள் படர்கிறது, வெறுமையும் துயரமும் அவன் இதயத்தில் குடிகொள்கின்றன. கற்பனையில் உருவான ஒரு உலகம் அவனைச் சுற்றிலும் நொறுங்கி விழுகிறது, சப்தமின்றி, அதிர்வின்றி நொறுங்கித் தவிடு பொடியாகிறது. எல்லாம் கனவுபோலப் பறந்தோடி விடுகிறது, என்ன கனவு கண்டோமென்பதுகூட அவனுக்கு நினைவு இல்லை. ஆனால் இப்பொழுது இனமறியாத ஓர் உணர்வு, அவன் இதயத்தைத் துடிக்க வைத்துச் சற்று வலிக்கச் செய்யும் ஒரு புதிய ஆசை விறுவிறுப்பூட்டிக் கிறுங்கச்செய்து அவனுக்கே தெரியாமல் அவன் கற்பனையைத் தூண்டிவிடுகிறது, பெருங்கும்பலாய்ப் பல புதிய மாயஉருவங்களை உசுப்பி விடுகிறது... அந்தச் சிறு அறையில் நிசப்தம் கோலோச்சுகிறது; அவனுடைய கற்பனை தனிமையிலும் அசதியிலும் மூழ்கித் திளைக்கிறது; பையப் பைய மூண்டெழுகிறது, அருகே அடுப்பங்கரையில் அங்குமிங்கும் நடந்து எந்தக் கவலையுமின்றி தனக்குக் காப்பி தயாரித்துக்கொண்டிருக்கும் வயது முதிர்ந்த மத்ரியோனாவின் காப்பிக் கெட்டிலில் கொதிக்கும் தண்ணீரைப்போல அது கொப்புளித்தெழத் தொடங்கு கிறது. பிறகு அவனுடைய கற்பனையானது சுடர் விட்டு எரிய முற்படுகிறது. குருட்டாம்போக்கில் கைக்கு அகப்பட்டதாய் எடுத்து வைத்திருந்த புத்தகம் இரண்டொரு பக்கங்களுக்குமேல் படிக்கப்படாமலே நமது கனவுலகவாசியின் கையிலிருந்து நழுவி விழுகிறது. அவனுடைய கற்பனை தட்டியெழுப்பப்பட்டு மீட்டி விடப்படுகிறது.

உடனே அவனுடைய மனக்கண் முன்னே ஒரு புதிய உலகு, இன்ப மயக்கமூட்டும் புதிய உலகு, சுடரொளி வீசிப் பளிச்சிட்டு மாயவினோதங்கள் புரிகிறது. புதிய கனவு - புதிய இன்பக் களிப்பு! மிக நயமாய்ச் செயல்பட்டு கிறுங்கச்செய்து புளகாங்கிதமடைய வைக்கும் புதியதொரு துளி நச்சு மருந்து. நம்முடைய மெய்யான வாழ்க்கை ஒரு பொருட்டாகுமா இனி அவனுக்கு! நாஸ்தென்கா, மருந்துண்ட அவன் கண்ணோட்டத்தில் நீங்களும் நானும் தூங்கு மூஞ்சிகளாக மிக மெதுவான மந்த வாழ்க்கை வாழ்கிறோம். அவன் கண்ணோட்டத்தில் நாம் எல்லோரும் நமது நிலை குறித்து சிறிதும் திருப்தியற்றவர்களாக அல்லற்படுகின்றோம், வாழ்க்கையே நமக்கு வெறுத்துப்போய்விட்டது. ஆம், நாம் ஒருவருக்கு ஒருவர் பாசமின்றி கடுப்பும் காழ்ப்பும் கொண்டவர்களாகத் தோன்றும்படிப் பழகிக்கொள்கிறோம் பாருங்களேன். ‘பாவ ஆத்மாக்கள்! ’ - எனது கனவுலகவாசி அப்படித்தான் நினைக்கிறான். அவன் அப்படி நினைப்பதில் வியப்பில்லை! அவனுக்கு அந்த மாயப்படைப்புகள் அப்படி உள்ளங்கவரும் வகையில் நேர்த்தியாகவும் தயாள சிந்தையோடும் புனைந்தளிக்கும் உணர்ச்சித் துடிப்புமிக்க மாயாஜால சித்திரத்தைப் பாருங்கள்; இதில் அவன் தான், நேரடியாக நமது கனவுலகவாசியே மிக முக்கிய பாத்திரமாக எந்நேரமும் முன்வரிசையில் நின்று பங்கெடுத்துக் கொள்கிறான் என்பதைக் கூறத் தேவையில்லை. விதம் விதமான விந்தையான நிகழ்ச்சிகள் எல்லாம் நடைபெறுவதைப் பாருங்கள், களிபேருவகை ஊட்டி அவனைப் பரவசமடையச் செய்யும் கனவுகள் முடிவில்லா வரிசைகளில் வருவதைப் பாருங்கள்! எதைக் குறித்து இப்படிக் கனவு காண்கிறான் என்று கேட்பீர்கள் - அதை ஏன் கேட்கிறீர்கள்! யாவற்றையும் குறித்துதான். கவிஞனாக இருப்பது குறித்து, முதலில் பெயர் தெரியாதவனாக இருந்துவிட்டுப் பிற்பாடு பெரும் புகழ் பெறுவது குறித்து, ஹாப்மனின் [ஹாப்மான் *(1776-1822)* – ஜெர்மானியக் கற்பனாவாத இலக்கிய மரபின் முக்கிய பிரதிநிதிகளில் ஒருவராய்த் திகழ்ந்த எழுத்தாளர்.] நண்பனாவது குறித்து, பர்த்தலோமியோ இரவு குறித்து, டையானா வெர்னோன் குறித்து, ஜார் இவான் கஸானை வெற்றி கொள்கிறானே அதில் தான் ஆற்றும் வீரப் பங்கு குறித்து, கிளாரா மொப்ரே குறித்து, எஃபி டீன்ஸ் [வால்டர் ஸ்காட்டின் நாவல்களில் வரும் பாத்திரங்கள்.] குறித்து, உயர் குருமார் சபையின் முன்னால் ஹூஸ் [யான் ஹாஸ் *(1369-1415)* – புகழ் பெற்ற செக்தேச பக்தர். கத்தோலிக்க மதச்

சபையைச் சாராத சுயேச்சையான தேசிய சமயத்தைத் தோற்றுவிப்பதற்காகப் பாடுபட்டார்; ஜெர்மன் நிலப் பிரபுக்களுக்கு எதிரான தேச விடுதலை இயக்கத்தை துவக்கினார். *1415*இல் உயர் குருமார் சபையால் மரண தண்டனை விதிக்கப்பட்டு தீயிலிடப்பட்டார்.] நிற்பது குறித்து, சைத்தான் ராபேர்ட் ஓபெரா நாடகத்தில் மாண்டோர் உயிர் பெற்றெழுவது குறித்து (அந்த இசை உங்களுக்கு நினைவிருக்கிறதா? இடுகாட்டின் நாற்றம் அடிக்குமே அதில்?), மின்னாவும் பிரெண்டாவும் [மின்னா – ழுக்கோவ்ஸ்கி எழுதிய ருஷ்யக் கவிதை. பிரெண்டா – கஸ்லோவ் எழுதிய கதைப் பாட்டு.] குறித்து, பெரெசினா ஆற்றருகே நடந்த போர் குறித்து, கோமகள் வ.தெ.-வுக்குக் கவிதைகள் படித்துக் காட்டுவது குறித்து, டான்டன் [டான்டன் (*1759-1794*) – 18ஆம் நூற்றாண்டின் இறுதியில் நடைபெற்ற பிரெஞ்சுப் புரட்சியின் தலைவர்களில் ஒருவர்.] குறித்து, கிளியோபாட்ராவும் அவள் காதலர்களும் குறித்து, கலோம்னாக் குடில் குறித்து, [மாபெரும் ருஷ்யக் கவிஞர் பூஷ்கின் (*1799-1837*) எழுதிய "எகிப்திய இரவுகள்", "கலோம்னாக் குடில்" ஆகியவை குறிக்கப்படுகின்றன.] தனக்கென ஓர் உறைவிடமாக அமைந்த சிறு வீட்டில் குளிர்கால இரவு ஒன்றில் தன் பக்கத்திலிருக்கும் எழில் மடந்தை ஒருத்தி கண்கள் விரிந்தும் வாய் திறந்தும் இருக்க - எனதருமை நாஸ்தென்கா, இப்பொழுது நான் சொல்வதைக் கேட்டுக் கொண்டிருக்கிறீர்களே அது போல - அவனுடைய பேச்சை வியந்து கேட்பது குறித்து கனவுகள் காண்கிறான். இல்லை, நாஸ்தென்கா, அவன் மதி மயங்கிய மந்த நிலையில் இருக்கிறான், நீங்களும் நானும் அத்தனை ஆவலாகச் சுவைக்க விரும்பும் வாழ்க்கையைப் பற்றி அவன் கவலைப்படுகிறவன் அல்ல. இந்த வாழ்க்கை சோபையற்றது, அவலமானது என்று நினைக்கிறான். தனக்கும் ஒருநாள் சோக நாதம் எழுப்பி மணி ஒலிக்கும், அப்பொழுது இந்த அவல வாழ்க்கையை ஒரு மணி நேரம் வாழும் வாய்ப்பை பெறுவதற்காக ஆண்டாண்டு காலமாகத் தான் அனுபவித்த அந்தக் கனவுலக வாழ்க்கை அனைத்தையும் தரத் தயாராக இருப்போம், பதிலுக்கு மனமகிழ்ச்சியோ இன்பமோ கிட்டவேண்டும் என்று கேட்காமலே அனைத்தையும் தரத் தயாராக இருப்போம் என்பது இப்பொழுது அவனுக்குத் தெரியாது. ஆனால் அந்த பயங்கரமான தருணம் வரும்வரை அவனுக்கு விருப்பம் ஏதும் இல்லை, எல்லா ஆசைகளுக்கும் அப்பாற்பட்டவன் அவன். ஏனெனில் யாவும் கிடைக்கப் பெற்றுள்ளான். அவன் வேண்டிய மட்டும்

கரைத்துவிட்டுச் சலிப்படைபவன், தானே தனக்கு வேண்டியதைப் படைத்தளிக்கும் கலைஞனாக இருக்கிறான். தன் மனத்துள் எழும் புதுப்புது மோகங்களுக்கு ஏற்ப மணிக்கு மணி தனக்கு அவன் புதுப்புது உலகங்களை அல்லவா படைத்துக் கொள்கிறான்! இந்த மாயக் கற்பனை உலகம் உண்மையில் மாயையென நினைக்க முடியாதபடி அவ்வளவு சுலபமாகவும் இயற்கையாகவும் அதைப் படைத்துக் கொள்ள முடிகிறதே! ஆம், சில நேரங்களில் மெய்யாகவே நான் நம்பிவிடுகிறேன், இந்த உலகம் வெறும் கானல் தோற்றமல்ல, எனது மதிமயக்கத்தின் விளைவல்ல, என் கற்பனையின் ஜால வித்தையல்ல, இதுவே உண்மையில், எதார்த்தத்தில் நிலவும் உலகம் என்பதாக நம்பிவிடுகிறேன். இல்லையேல், நாஸ்தென்கா, நீங்களே சொல்லுங்கள், இம்மாதிரியான நேரங்களில் என் உடல் முழுவதும் புல்லரிப்பானேன்? இது என்ன, மந்திரமா? எந்த மாயசக்தி நாடிகளை அப்படி விறுவிறுப்புற்றுத் துடிக்க வைக்கிறது? நமது கனவுலகவாசியின் கண்களில் கண்ணீர் அரும்பு கட்டியிருக்கிறதே, எதனால் அது? கண்ணீரில் நனைந்த வெளிறிய அவன் கன்னங்களைச் சிவக்க வைத்தது எது? அவன் உள்ளத்தில் அப்படிப் பேரானந்தம் பொங்குவானேன்? உறங்காது அவன் கண் விழித்திருக்கும் அந்த இரவுகள் சொல்லொணா இன்பத்திலும் களிப்பிலும் இமைப்பொழுதென சடுதியில் கழிவது ஏன்? ஆதவன் உதித்து சன்னலில் செங்கதிர் பளிச்சிட்டுச் சென்றதும் அருணோதயத்தின் அரசபுரசலான மாயாவினோத ஒளி அவனுடைய அறையினுள் புகும்போது - இங்கே நமது பீட்டர்ஸ்பர்கில் இப்படித்தானே பொழுது புலருகிறது - ஏன் நமது கனவுலகவாசி களைத்து ஓய்ந்துப் படுக்கைமீது விழுந்து பிணியுற்று நிலைகுலைந்த அவனுடைய ஆன்மாவை வருத்தும் உவகையும் அவன் இதயத்தில் நிரம்பியுள்ள தாங்கவொண்ணாத இனிய வலியும் பொறுக்கமுடியாமல் மயங்கிப்போய்த் தூக்கத்தில் ஆழ்ந்துவிடுகிறான்? ஆம், நாஸ்தென்கா, அது உங்களை ஏமாற்றிவிடுகிறது, ஏமாந்துபோய் நீங்கள் அவன் உள்ளத்தை ஆட்டிப் படைக்கும் உணர்ச்சிகள் எல்லாம் மெய்யானவையே என்று நம்பத் தொடங்கிவிடுகிறீர்கள், அவன் காணும் கனாக்கள் வெறும் பிரமையல்ல, அவற்றில் மெய்யானது, ஜீவனுள்ளது ஏதோ இருக்கிறது என்று நம்ப முற்பட்டு விடுகிறீர்கள். இந்த மோசடியை என்னென்பது! உதாரணமாக அவன் இதயத்தில் காதல் குடி கொண்டிருக்கிறது, அளவிலாத அதன் முழுப் பூரிப்புடனும் மிகக் கொடுமையான

அதன் முழு வேதனையுடனும் குடி கொண்டிருக்கிறது. ஒருமுறை நீங்கள் அவனைப் பார்த்ததும் தெளிவாகத் தெரியுமே! அவனை இன்பத்தில் திளைக்கச் செய்யும் அந்தக் கனவுகளில் அப்படி அவன் இதயத்தைக் கொள்ளை கொண்டுவிடுகிறாளே அவளை உண்மையில் அவன் பார்த்து அறியாதவன் என்றால், அருமை நாஸ்தென்கா, நீங்கள் நம்புவீர்களா? மாய்மாலக் கற்பனைகளில் தான் அவளைப் பார்த்திருக்கிறான், இந்தக் காதலே வெறும் கனவுதான் என்றால் உங்களால் நம்ப முடியுமா? இது சாத்தியமா? - உண்மையில் இருவரும் தம் வாழ்க்கையை இணைத்துக்கொண்டு இத்தனை காலமாய்க் கைகோர்த்துச் செல்லவில்லையா? அனைத்து உலகையும் துறந்து இருவரும் உண்மையில் ஈருடலும் ஓருயிருமாக வாழவில்லையா? பிரியாவிடை பெற்றுப் பிரிந்தார்களே அன்று இரவு இருண்ட வானில் மூண்டெழுந்த புயலின் அலறல் காதில் விழாதவளாக, கண்ணிமைகளின் கருமுடிகளில் பனித்திருந்த கண்ணீர்த் துளிகளைக் கவர்ந்து சென்ற கடுங்காற்றைக் கவனியாதவளாக அவன் நெஞ்சிலே தலையைக் கவிழ்த்துக்கொண்டு விம்மியழுத்து அவள் இல்லையா? - நம்ப முடியுமா இதை? எல்லாம் வெறும் கனவுதானா? - அந்தப் பூங்காவும்கூட, நம்பிக்கையோடும் நம்பிக்கையில்லாமலும் ஆனால் எக்காலத்துக்கும் மாறாத, அடங்காத காதல் கொண்டவர்களாக இருவரும் உலவினார்களே அந்தப் பூங்காவும்கூட, கவனியாது விடப்பட்டுக் காடாக வளர்ந்து, நடைபாதைகளில் புற்கள் மண்டிப்போய்ச் சோகம் தருவதாக இருந்த அந்தப் பூங்காவும்கூட வெறும் கனவுதானா? சோகமுற்று, தனிமையில் அத்தனைக் காலமாய் அவள் வசித்து வந்தாளே மூதாதையர் விட்டுச் சென்றிருந்த அந்த விசித்திர வீடும் கனவுதானா? வாட்டமுற்று எந்நேரமும் வாய் திறவாதிருக்கும் வயதான தனது சிடுமூஞ்சிக் கணவருடன் அங்கேதானே அவள் வசித்துவந்தாள். அந்தக் கணவரைக் கண்டு அவர்கள் இருவரும் எளிதில் மருளும் சிறுபிள்ளைகளைப் போல் பயந்து, அப்படித் தவித்து மிரண்டு போய்த் தம் காதலை ஒருவருக்கு ஒருவர் தெரியாதபடி மறைத்துக் கொண்டார்களே. இருவரும் எப்படி மனம் ஒடிந்து வேதனையுற்றனர், அஞ்சி அஞ்சி நடுங்கினர்! அவர்களுடைய காதல் எவ்வளவு தூய்மையாக, பழிபாவம் அறியாததாக இருந்தது! மக்கள் எவ்வளவு கடுமனம் கொண்டோராக இருந்தனர் (நாஸ்தென்கா, அதைக் கூறத் தேவையில்லை!). பிறகு நெடு நாட்களுக்குப் பிற்பாடு, தன் தாயகத்தின் கரைகளிலிருந்து நெடுந்தூரத்துக்கு அப்பால், அந்த

வியத்தகு ரோமாபுரியின் வெப்பமான, புழுக்கமான அந்நிய வானத்துக்கு அடியில் சந்தித்தானே அவள் இல்லையா அது - அட தெய்வமே, அப்படியும்கூடவா இருக்கமுடியும்? அந்நகரில் அதியற்புத நடன விருந்தில் அல்லவா, வாத்தியக் குழுவின் இசை முழங்க, ஒளி வெள்ளத்திலே மூழ்கிய அந்த மாளிகையில் (ஆம், மாளிகையேதான்), பைங்கொடியும் ரோஜாவும் பந்தலிட்டிருந்த உப்பரிகையிலே அவன் அவளை சந்திக்கவில்லையா? அவனைக் கண்டதும் அவசரமாக முகமூடியை உயர்த்திக்கொண்டு அங்கமெல்லாம் நடுங்க முணுமுணுக்கும் குரலில் "சுதந்திரம் அடைந்துவிட்டேன்" என்று கூறியவாறு ஓடோடி வந்து அவனுடைய அரவணைப்பில் ஒட்டிக்கொண்டாளே! ஆனந்தக் கூச்சலிட்டு அல்லவா ஒருவரையொருவர் கட்டித் தழுவிக் கொண்டு இமைப்பொழுதில் யாவற்றையுமே அடியோடு மறந்தவர்களாய் இன்பமுற்றனர் - தமது துயரம், பிரிவாற்றாமை, இதுகாறும் அவர்களை வருத்திய எல்லாத் துன்பங்கள், துயரார்ந்த அந்த வீடு, வாய் திறவாத அந்தக் கிழவர், தொலைவில் தம் தாயகத்தில் இருந்த சோபையற்ற அந்தப் பூங்கா, அங்கே அவனுக்கு விடையளித்து உணர்ச்சிப் பரவசமுற்று முத்தமிட்டுவிட்டு கொடுந்துயரால் உணர்வற்றுவிட்ட அவன் கைகளின் அணைப்பிலிருந்து பிய்த்துக்கொண்டு எழுந்து ஓடினாளே அந்த ஆசனம் ஆகிய யாவற்றையும் மறந்தல்லவா இன்பமுற்றனர்... நாஸ்தென்கா, நீங்களே சொல்லுங்கள், திடீரென்று உங்களது அறைக் கதவு திறக்கப்பட்டு, நீங்கள் அழையாத நண்பர் ஒருவர், உயரமானவர், வாட்டசாட்டமானவர், வேடிக்கையும் விளையாட்டுமான குதூகலமான நபர் உங்கள் முன்னே தோன்றி 'நண்பரே, இப்பொழுதுதான் பாவ்லொவ்ஸ்கியிலிருந்து திரும்பினேன், ஒரு நிமிடம்கூட ஆகவில்லை' என்று அசாதாரணமாக எதுவும் நடந்து விடாதது போல அட்டகாசமாய்ச் சொல்வாராயின் நீங்கள் திடுக்கிடுவீர்கள் இல்லையா? பக்கத்து வீட்டுத் தோட்டத்திலிருந்து திருடிய ஆப்பிளை அப்பொழுதுதான் பைக்குள் ஒளித்து வைத்துக்கொண்ட பள்ளிக்கூடச் சிறுவனைப் போல் முகமெல்லாம் சிவந்து திறுதிறுவென விழிப்பீர்கள் இல்லையா? அட கடவுளே! வயது முதிர்ந்த கோமகன் இறந்துவிட்டார், தெவிட்டாத இன்பம் காத்திருக் கிறது எனக்காக - ஆனால் 'இதோ பாவ்லொவ்ஸ்கிலிருந்து இப்பொழுதுதான் வந்தேன்' என்று வந்து நிற்கிறானே!"

நாடகப் பாணியிலான என் பேச்சின் முடிவை வந்தடைந்த நான் நாடகப் பாணியில் திடீரென்று மௌனமாகி விட்டேன். அப்பொழுது நான் எப்படியாவது சிரிக்க வேண்டுமென பெரு முயற்சி செய்தது என் நினைவுக்கு வருகிறது. என் நெஞ்சினுள் விஷமக்காரக் குட்டிச்சாத்தான் குதிபோடுவது போன்ற உணர்வு ஏற்கனவே எனக்கு ஏற்பட்டுவிட்டது, தொண்டையில் ஏதோ குறுகுறுத்தது, என் முகவாய் அதிர்ந்தாடத் தொடங்கிற்று, என் கண்கள் மேலும் மேலும் சுழல ஆரம்பித்தன... ஒளிமிகுந்த தன் கண்கள் விரிந்து திறந்திருக்க என் பேச்சைக் கேட்டுக்கொண்டிருந்த நாஸ்தென்கா இப்பொழுது வாய் விட்டுச் சிரித்து விடுவாளோ, அவளுடைய அடக்க முடியாத ஆனந்தமான சிறுபிள்ளைச் சிரிப்பு ஒலிக்கத் தொடங்கிவிடுமோ என்று பயந்தேன். ஏன் இவ்வளவையும் சொன்னோம், நெடுநாட்களாய் என் இதயத்தை வருத்தி வந்ததையெல்லாம் தேவையின்றி சொல்லிவிட்டோமே என்று வருந்தினேன். மனப்பாடம் செய்த பாடத்தை ஒப்பிப்பதுபோல எப்பொழுது வேண்டுமானாலும் இதையெல்லாம் என்னால் ஒப்பிக்க முடியும். ஏனெனில் நெடுங்காலத்துக்கு முன்பே நான் என்னைப் பற்றிய முடிவைத் தீர்மானித்து வைத்திருந்தேன், இதை அவளால் புரிந்துகொள்ள முடியுமென்று உண்மையில் நான் எதிர்பார்க்கவில்லை என்றாலுங்கூட இதை அவளுக்குப் படித்துக்காட்ட வேண்டுமென்ற ஓர் ஆசையால் உந்தப் பட்டுவிட்டேன். ஆனால் நான் வியப்படையும்படி அவள் மௌனமாகவே இருந்தாள், பிறகு சிறிது நேரம் கழித்து மெல்ல என் கையை அழுத்தியவாறு அச்சமும் ஆவலும் தொனிக்கும் குரலில் கேட்டாள்:

“மெய்யாகவே உங்கள் வாழ்க்கை முழுவதையும் இப்படியா கழித்து வந்திருக்கிறீர்கள்?”

“ஆமாம், நாஸ்தென்கா, வாழ்வு முழுவதையும்தான். என் இறுதிக் காலம் வரையில் இப்படியேதான் நான் வாழ வேண்டியிருக்கும் என்று நினைக்கிறேன்” என்றேன்.

“இல்லை, இல்லை, அப்படி வாழ முடியாது!” கலக்க முற்றவளாய் அவள் கூறினாள். “அது கூடாது, ஏனெனில் அப்பொழுது நானும் என் எஞ்சிய வாழ்வு அனைத்தும் என் பாட்டியின் பக்கத்திலே அல்லவா உட்கார்ந்திருக்க வேண்டியிருக்கும்? அம்மாதிரி வாழ்வது சரியல்ல, தெரியுமா?”

“தெரியும், நாஸ்தென்கா, தெரியும்” என்று என் உணர்ச்சிகளை அடக்க முடியாமல் உரக்கக் கூறினேன்.

“என் வாழ்வின் சிறந்த ஆண்டுகளை வீணாக்கிவிட்டேன் என்பது என்றையும்விட இப்பொழுது எனக்கு நன்றாய்த் தெரிகிறது! இப்பொழுது நன்றாய்த் தெரிகிறது, ஆகவே என்றையும் விட இப்பொழுது நான் அதிகமாக வருந்துகிறேன். எனது அருமை நாஸ்தென்கா! தெய்வமேதான் உங்களை என்னிடம் அனுப்பி வைத்திருக்கிறது, இதை எனக்கு எடுத்துரைத்து என்னைத் தெளிவு பெறச் செய்வதற்காக அனுப்பி வைத்திருக்கிறது. இப்பொழுது இங்கு உங்கள் பக்கத்தில் அமர்ந்து உங்களுடன் பேசும் பாக்கியம் பெற்றுள்ளபடியால் நான் வருங்காலம் குறித்து நினைக்கவே அஞ்சுகிறேன். ஏனெனில் மீண்டும் தனிமையைத் தவிர, நாற்றமெடுக்கும் அந்த அர்த்தமற்ற வாழ்க்கையைத் தவிர வருங்காலம் எனக்குத் தரக்கூடியது எதுவும் இல்லை. கனவாக இல்லாமல் நனவிலே உங்கள் அருகே இருந்து இத்தனை இன்பம் பெற்றுள்ளேன், இனி நான் கனவு காண என்ன இருக்கிறது? எனது அருமை நாஸ்தென்கா, உங்களை நான் வாயார வாழ்த்துகிறேன், ஏனெனில் நீங்கள் என்னை விலகிப்போகச் சொல்லாமல் இருந்தீர்கள், என் வாழ்வில் இரு மாலைப்பொழுதுகளை நான் மெய்யாக வாழ்ந்து அனுபவித்திருக்கிறேன் என்று சொல்லிக்கொள்ள முடியும்!”

“ஓ, வேண்டாம், வேண்டாம்!” என்று அழாக்குரலில் கூறினாள் நாஸ்தென்கா. அவளுடைய கண்ணிமைகளில் கண்ணீர் பளிச்சிட்டது. “வேண்டாம், அப்படிச் சொல்லாதீர்கள்! அம்மாதிரி நாம் பிரிந்து போய்விட மாட்டோம்! இரண்டு மாலைப் பொழுதுகள் எம்மட்டில்!”

“நாஸ்தென்கா, ஓ, நாஸ்தென்கா! இனி நெடுங்காலத்துக்கு எனக்கு நீங்கள் இணக்கம் ஏற்படச் செய்திருக்கிறீர்கள், தெரியுமா உங்களுக்கு? இதுவரை நான் அடிக்கடி செய்து வந்தது போல இனி என்னைப் பற்றி நான் மோசமாக நினைத்துக்கொள்ள மாட்டேன், தெரியுமா? குற்றம் புரிந்ததாக, பாவம் செய்ததாக நான் வருந்துவது வழக்கம், ஏனெனில் நான் வாழும் வாழ்க்கையானது ஒரு பெருங்குற்றமேயாகும், பாவமேயாகும். நாஸ்தென்கா, இனி நான் அப்படி நினைத்து ஆறாத் துயரால் என்னை வருத்திக் கொள்ளமாட்டேன், தெரியுமா? உங்களை மன்றாடிக் கேட்டுக்கொள்கிறேன், எதையும் நான் உங்களிடம் மிகைப்படுத்திச்

சொல்வதாக நினைக்காதீர்கள்; நாஸ்தென்கா, உங்களுக்குப் புண்ணியம் உண்டு, அப்படி நினைக்காதீர்கள்! ஏனெனில், சில நேரங்களில் அப்படி நான் மனச்சோர்வாலும் ஏக்கத்தாலும் பீடிக்கப்பட்டு விடுகிறேன்... இவ்வாறு பீடிக்கப்படும்போது ஒரு புதிய, மெய்யான வாழ்க்கையைத் தொடங்க இனி எந்நாளும் என்னால் முடியப்போவதில்லை என்று நினைக்க முற்படுகிறேன் ஏனெனில் மெய்யானவற்றுடன், எதார்த்தத்துடன் நான் தொடர்பை இழந்துவிட்டதாக, அவை பற்றிய உணர்வையே மறந்துவிட்டதாக எனக்குத் தோன்றுகிறது, ஏனெனில் நான் என் ஆன்மாவையே விற்று வாழ்ந்து வந்திருக்கிறேன், ஏனெனில் நான் ஆகாயக் கோட்டைகள் கட்டி வாழும் இரவுகளைத் தொடர்ந்து, இப்பொழுது சித்தத் தெளிவுக்குரிய தருணங்கள் வருகின்றன, அவை மிகவும் பயங்கரமானவை! இதற்கிடையில் என்னைச் சுற்றிலும் வாழ்க்கை இரைவதும் மனித நீர்ச்சுழியில் சுற்றிச் சுழலுவதும் என் காதில் விழுகிறது; மக்கள் வாழ்வதை - மெய்யான வாழ்க்கை வாழ்வதை - காதால் கேட்கிறேன். கண்களால் பார்க்கிறேன்; அவர்களுடைய வாழ்க்கை மனம் போனபடி இட்டுக் கட்டப்பட்டதல்ல, கனவையோ கற்பனைக் காட்சியையோ போல அது தகர்ந்து நொறுங்கக் கூடியதல்ல, அவர்களுடைய வாழ்க்கை என்றும் இளமைத் துடிப்புடையது, என்றும் புத்துயிர் பெற்றெழுவது, அதில் ஒவ்வொரு மணி நேரமும் அதற்கு முந்தியதிலிருந்து மாறுபடும் என்பதைக் காண்கிறேன். ஆனால் எளிதில் மருளும் கற்பனை அலுப்பு தட்டும்படி மாற்றமின்றி ஒரே மாதிரியானது; சோபையற்றது; அற்ப நிழலுக்கெல்லாம், எண்ணத்துக்கெல்லாம் அடிமைப்பட்டது; கதிரவனை மறைத்து, பீட்டர்ஸ்பர்க் கதிரவனைப் போற்றிப் பாராட்டும் மெய்யான பீட்டர்ஸ்பர்க்வாசி ஒவ்வொருவரையும் உள்ளம் குமுறச் செய்யும் முதலாவது கருமேகத்துக்கே அடிபணிந்துவிடக்கூடியது - இப்படிப்பட்ட கற்பனை ஏங்கித் தவிப்பதாய் இருக்குமாயின் பிறகு சொல்லவும் வேண்டுமா? ஓயாத தொல்லைக்கு இலக்காகும் போது வற்றாத உன் கற்பனையும் கரைந்து மெலிந்து முடிவில் ஓய்ந்து போவதைக் காண்பாய். ஏனெனில் நீ முதிர்ச்சியடைகிறாய், உன்னுடைய பழைய இலட்சியங்கள் இனி உனக்குப் பொருந்தாதபடி நீ வளர்ந்து விடுகிறாய்; அவை சுக்கு நூறாகத் தகர்ந்து தவிடுபொடியாகி விடுகின்றன; வாழ வேறு வாழ்க்கை இல்லையாதலால், நொறுங்கிய அதே துண்டுகளையும் துணுக்குகளையும் கொண்டு திரும்பவும் நீ கோட்டை கட்ட வேண்டியதாகிறது. ஆனால் உன் ஆன்மா

அடங்காத ஆவலுடன் விரும்புவதும் ஏக்கத்துடன் கோருவதும் இதுவல்ல, வேறொன்று. கனவுலகவாசி தனது பழைய கனவுகளின் சாம்பலை வீணில் கிண்டிக் கிளறிப் பார்க்கிறான், எரிந்து விழுந்து கிடப்பவற்றில் எங்காவது ஒரு சிறு தீப்பொறியேனும் தென்படாதா என்று தேடுகிறான். அதைக் கொண்டு மீண்டும் நெருப்பு உண்டாக்கலாமே, உறைந்துபோன தனது இதயத்துக்கு இந்தப் புத்துயிர் பெற்ற தீயால் கதகதப்பு ஊட்டி முன்பு உயிரனையதாய் இருந்து தன் இதயத்தை இயங்க வைத்துத் தனது இரத்தத்தைப் பீறிட்டுப் பாய வைத்தவை யாவற்றையும், தன் கண்களில் கண்ணீர் ததும்பச் செய்து தன்னை அப்படி அற்புதமாய் ஏமாற்றி வந்தவை யாவற்றையும் திரும்பவும் தன் இதயத்துள் உசுப்பிவிடலாம் என்று பார்க்கிறான்! நாஸ்தென்கா, என் நிலை எப்படி ஆகிவிட்டது தெரியுமா உங்களுக்கு? இப்பொழுது நான் எனது கடந்த கால உணர்ச்சிகளின் ஆண்டு விழாவை கொண்டாட வேண்டிய நிலைக்கு வந்துவிட்டேன். முன்பு இருந்தவற்றின்பால், ஆனால் உண்மையில் என்றுமே நடந்திராத அவற்றின்பால் எனக்கிருந்த ஆசையையும் பாசத்தையும் போற்றி நான் ஆண்டு விழா கொண்டாட வேண்டியிருக்கிறது - ஏனெனில் இந்த ஆண்டு விழாவையுங்கூட அதே அசட்டுத்தனமான, வெறுங் கற்பனையான கனவுகளுக்கு ஏற்பவே கொண்டாட வேண்டி இருக்கிறது. அப்படிப்பட்ட ஒரு நிலைக்கு வந்துவிட்டேன் நான், ஏனெனில் அந்த அசட்டுக் கனவுகளுங்கூட இப்பொழுது இல்லாது மறைந்துவிட்டவை - ஆதாரமான ஏதாவது இருந்தால்தானே அவை மறையாதிருக்க முடியும், கனவுகளுக்கும் ஓர் ஆதாரம் வேண்டுமே! எனக்கே உரிய தனி முறையில் ஒரு காலத்தில் நான் இன்பத்தைச் சுவைத்த இடங்களை இப்பொழுது நினைவுப்படுத்திக் கொள்ள விரும்புகிறேன்; தெரியுமா? குறிப்பிட்ட தேதிகளில் இவ்விடங்களுக்கு மீண்டும் போய்வர ஆசைப்படுகிறேன், தெரியுமா? திரும்பப்பெற முடியாதபடி மறைந்துவிட்ட கடந்த காலத்துக்கு எனது நிகழ்காலத்தை இசைவு படுத்திக்கொள்ள விரும்புகிறேன். சோர்வுற்றுச் சோகத்தில் ஆழ்ந்து, காரியமோ காரணமோ எதுவுமின்றி பேய்போல அடிக்கடி நான் பீட்டர்ஸ்பர்கின் தெருக்களிலும் சந்துகளிலும் திரிகிறேன், தெரியுமா? என் நினைவுகள் தான் எப்படிப்பட்டவை? உதாரணமாக இங்கே, ஒரு மணி கூட பிழையின்றி சரியாக ஓராண்டுக்கு முன்பு இதே நடைபாதையில், இப்பொழுது நான் இருக்கிறேனே அதேபோல தனியனாகவும் மனம் ஒடிந்தவனாகவும் சுற்றித் திரிந்தது என் நினைவுக்கு வருகிறது!

என் கனவுகளும் இதேபோல துயரமூட்டுவனவாகவே இருந்தன என்பதும் நினைவுக்கு வருகிறது. தற்போது இருப்பதைவிட எவ்வகையிலும் சிறப்பானதாய் இருக்கவில்லை என்றாலுங்கூட வாழ்க்கை அந்நாட்களில் ஓரளவு எளிதாக இருந்தது, அமைதியாக இருந்தது, இப்பொழுது என்னை வருத்தும் இருண்ட எண்ணத்தால் அன்று என் வாழ்க்கை களங்கமடையவில்லை, இராப் பகலாக எனக்கு நிம்மதி சிறிதும் இல்லாதபடி படுத்திவைக்கும் கடுமையான, வேதனைமிக்க நெஞ்சுக் குறுகுறுப்பால் அப்பொழுது நான் அவதியுறவில்லை என்று நினைக்கத் தோன்றுகிறது. உன்னுடைய அந்தக் கனவுகள் எல்லாம் எங்கே? என்று உன்னையே நீ கேட்க வேண்டியிருக்கிறது. தலையை ஆட்டிக்கொண்டு வியப்படைகிறாய்: ஆண்டுகள் எவ்வளவு வேகமாக உருண்டோடுகின்றன! மீண்டும் உன்னையே நீ கேட்டுக் கொள்கிறாய்: உன் வாழ்க்கையை ஏன் இப்படி வீணாக்குகிறாய்? உன் ஆயுளின் சிறந்த ஆண்டுகளை எங்கே கொண்டுபோய்க் குழியில் தள்ளி புதைத்திருக்கிறாய்? நீ வாழ்ந்திருக்கிறாயா, இல்லையா? உலகில் குளிர் கடுமையாகி வருவதைப் பார் என்று கூறிக் கொள்கிறாய். மேலும் ஆண்டுகள் ஓடி மறையும், ஆண்டுகள் செல்லச் செல்ல சோகமிக்க தனிமை கடுமையாகிச் செல்லும், பிறகு முட்டுக்கம்பை ஊன்றிக்கொண்டு தள்ளாத முதிய வயது வந்துசேரும், அதன்பின் ஓயாத துன்பமும் வெறுமையும் தவிர வேறு எதுவும் இருக்காது. உன்னுடைய மாயக்கற்பனை உலகம் ஒளியிழந்து இருண்டு செல்லும், உன் கனவுகள் கருகிப்போகும், பழுத்து உலர்ந்த இலைகளைப் போல அவை உதிர்ந்து விழும்... ஓ, நாஸ்தென்கா, தனியனாய், தன்னந்தனியனாய் இருப்பது எவ்வளவு சோகம் மிக்கது - நினைத்து வருந்துவதற்குக்கூட ஒன்றும் இருக்காதே, ஒன்றுமே இருக்காதே... ஏனெனில் நான் இழப்பது எதுவாயினும், அது உண்மையில் ஒன்றுமில்லாததாகத்தானே, வெறும் அசட்டுச் சின்னமாகத் தானே, வெறும் கனாக்களாகத்தானே இருக்கும்!"

"போதும், நீங்கள் மேலும் பேசினால் நான் அழத் தொடங்கி விடுவேன்!" என்று கூறி நாஸ்தென்கா தன் கண்களிலிருந்து உதிர்ந்த துளியைத் துடைத்துக்கொண்டாள். "அதெல்லாம் இப்பொழுது முடிவடைந்துவிட்டது! இனி நாம் இருவரும் இருப்போம், எனக்கு என்ன நேர்ந்தாலும் எந்நாளும் நாம் பிரியவே மாட்டோம். கேளுங்கள், நான் மிகச் சாதாரணமானவள்; பாட்டி எனக்கு ஓர் ஆசிரியையை அமர்த்திப் பாடம் சொல்லித்

தர வைத்தது மெய்யானாலும், நான் அதிகம் படிக்காதவள். இருந்தபோதிலும் உங்களை நான் நன்றாய்ப் புரிந்து கொள்ள முடிகிறது, ஏனெனில் இப்பொழுது நீங்கள் சொன்னது எல்லாம் பாட்டி தனது உடையுடன் என்னை ஊக்கு போட்டுக் குத்தி வைத்திருந்தபோது நான் அனுபவித்தவையே. ஆனால் உங்களைப் போல் என்னால் அவ்வளவு நன்றாக அவற்றைக் கூறியிருக்க முடியாது, ஏனெனில் நான் படித்தவளல்ல" என்று கூச்சத்துடன் சொல்லிக் கொண்டாள். நாடகப் பாணியான என் பேச்சாலும் நான் பேசிய உன்னத முறையாலும் ஏற்பட்டிருந்த பரவச உணர்ச்சி இன்னும் அவளைவிட்டு மறையவில்லை. "மனம் விட்டு நீங்கள் யாவற்றையும் என்னிடம் சொன்னதைக் கேட்டு நான் மகிழ்கிறேன். இப்பொழுது உங்களை நான் தெரிந்து கொண்டுவிட்டேன், சந்தேகத்துக்கு இடமின்றி நன்றாகத் தெரிந்து கொண்டுவிட்டேன். இனி நானும் என் கதையை உங்களிடம் சொல்ல விரும்புகிறேன். இதைக் கேட்டபின் நீங்கள் எனக்கு ஆலோசனை கூற வேண்டும். நீங்கள் மிகவும் கெட்டிக்காரராக இருக்கிறீர்கள், நான் சொல்வதைக் கேட்டபின் எனக்கு ஆலோசனை கூறுவீர்களா?"

"நாஸ்தென்கா, நான் ஆலோசகனாக, அதுவும் கெட்டிக்கார ஆலோசகனாக எந்நாளும் இருந்ததில்லை" என்று பதிலளித்தேன். "எனினும் நாம் இருவரும் இதுபோல எப்பொழுதும் நண்பர்களாக வாழ்வோமாயின் அதைக் காட்டிலும் சிறப்பானது எதுவும் இருக்க முடியாது, அப்பொழுது ஒருவருக்கு ஒருவர் நாம் மிகவும் கெட்டிக்காரத்தனமாக ஆலோசனை கூறிக்கொள்வோம். எனது இனிய நாஸ்தென்கா, எதைப் பற்றி நீங்கள் என்னிடம் ஆலோசனை கேட்க விரும்புகிறீர்கள்? எதுவாயினும் தயங்காது கேளுங்கள்; இப்பொழுது நான் அப்படி குதூகலம் கொண்டவனாக, மகிழ்ச்சி மிக்கவனாக, துணிவு கொண்டவனாக, கெட்டிக்காரனாக இருக்கிறேன், ஆகவே என்ன கேட்டாலும் தடுமாற்றமின்றி உடனே என்னால் பதில் சொல்ல முடியும்."

"இல்லை, இல்லை!" என்று சிரித்துக்கொண்டு நாஸ்தென்கா என்னை இடைமறித்தாள். "எனக்கு வேண்டியது கெட்டிக்காரத்தனமான ஆலோசனையல்ல, உள்ளப்பூர்வமான, சோதர வாஞ்சையோடு கூடிய ஆலோசனையே வேண்டும். வாழ்வெல்லாம் நீங்கள் என்மீது அன்பு கொண்டிருந்தால் கூறுவீர்கள் அல்லவா அப்படிப்பட்டதே வேண்டும்!"

“அப்படியே கூறுகிறேன், நாஸ்தென்கா, அப்படியே கூறுகிறேன்!” என்று ஆனந்தமாகக் கூச்சலிட்டுக் கூறினேன். “இருபது ஆண்டுகளாய் உங்கள் மீது நான் அன்பு கொண்டவனாக இருந்திருந்தாலும் இப்பொழுது உங்கள் மீதுள்ளதைக் காட்டிலும் அதிக அன்புடையவனாக இருக்க முடியாதே!”

“உங்கள் கையை கொடுங்கள்!” என்றாள் நாஸ்தென்கா.

“இதோ!” என்று கையைத் தந்தேன்.

“இனி என் கதையைக் கூறுகிறேன் கேளுங்கள்!”

நாஸ்தென்காவின் கதை

"என் கதையில் பாதி ஏற்கனவே உங்களுக்குத் தெரியும், வயதான ஒரு பாட்டி எனக்கு இருப்பது உங்களுக்கு தெரியுமே..."

"எஞ்சிய பாதியும் இதுபோல அவ்வளவு சுருக்கமாக இருந்தால்..." என்று சிரித்தவாறு குறுக்கிட்டேன்.

"பேசாமல் கேட்கவேண்டும். இது நான் விதிக்கும் நிபந்தனை. என்னை இடைமறிக்காதீர்கள், இல்லையேல் நான் குழம்பிப் போவேன். ஆகவே எதுவும் சொல்லாமல் கேட்டுக் கொண்டிருங்கள்.

"வயதான ஒரு பாட்டி எனக்கு உண்டு. என் தாயும் தந்தையும் இறந்துவிடவே சிறுமியாக இருக்கையிலேயே நான் பாட்டியிடம் வந்துவிட்டேன். இப்பொழுது இருப்பதைவிட பாட்டி அந்தக் காலத்தில் வசதியாக வாழ்ந்திருக்க வேண்டுமென்று நினைக்கிறேன். ஏனென்றால் இன்னமும் அந்நாட்களைப் பற்றி நினைக்கையில் பாட்டிக்கு உற்சாகம் பிறந்துவிடும். பாட்டி எனக்குப் பிரெஞ்சு மொழி கற்றுக் கொடுத்தாள். பிறகு எனக்குப் பாடம் சொல்லித் தருவதற்காக ஓர் ஆசிரியையை அமர்த்தினாள். எனக்குப் பதினைந்து வயதானதும் (இப்பொழுது எனக்கு வயது பதினேழு) என் படிப்பு முடிவுற்றுவிட்டது. அப்பொழுது நான்

செய்யக்கூடாத ஒரு காரியம் செய்துவிட்டேன். அது என்னவென்று உங்களிடம் சொல்லப் போவதில்லை, ஆனால் பெரிய தவறு எதுவும் செய்துவிடவில்லை என்பதை மட்டும் கூறுகிறேன். ஆனால் பாட்டி ஒருநாள் காலை என்னைக் கூப்பிட்டு, தனக்குக் கண் தெரியாததால் என்னைக் கண்காணிக்க முடியவில்லை என்று சொல்லி, என்னுடைய உடையைத் தன்னுடையதுடன் சேர்த்து வைத்து ஊக்கு போட்டுவிட்டாள். நான் திருந்தினால் ஒழிய இனி வாழ்நாள் முழுதும் இருவரும் இப்படித்தான் உட்கார்ந்திருக்க வேண்டுமென்று பாட்டி கூறினாள். ஆரம்பத்தில் வெளியே போக வழியில்லாதவளாகவே இருந்து வந்தேன். நான் புத்தகம் படிப்பதானாலும் பாடம் கற்பதானாலும் பின்னல் வேலை செய்வதானாலும் பாட்டியின் பக்கத்தில் அமர்ந்திருக்க வேண்டியிருந்தது. ஆனால் ஒரு தரம் நான் ஒரு தந்திரம் செய்தேன். ஃபியோக்லாவுடன் பேசிச் சம்மதிக்க வைத்து அவளை எனக்குப் பதில் என்னிடத்தில் அமர்ந்திருக்கச் சொன்னேன். ஃபியோக்லாதான் எங்கள் வேலைக்காரி, அவளுக்குக் காது செவிடு. என்னிடத்தில் அவள் உட்கார்ந்து கொண்டாள், பாட்டி நாற்காலியில் சாய்ந்தபடி தூங்கிக்கொண்டிருந்த நேரம் அது. அருகாமையில் வசித்து வந்த ஒரு பெண்ணைப் பார்ப்பதற்காக நான் புறப்பட்டுச் சென்றேன். ஆனால் இது மோசமாகவே முடிவுற்றது. நான் இல்லாதபோது விழித்துக் கொண்டுவிட்ட பாட்டி, பக்கத்தில் இன்னும் நான் பணிவுடன் உட்கார்ந்திருப்பதாய் நினைத்து ஏதோ கேட்டாள். பாட்டி கேட்பது ஃபியோக்லாவுக்குத் தெரிந்தது, ஆனால் காது செவிடாகையால், அது என்னவென்று புரிந்துகொள்ள முடியவில்லை. என்ன செய்யலாமென்று ஏதேதோ யோசனை செய்து பார்த்துவிட்டு முடிவில் அவள் ஊக்கைக் கழற்றிக்கொண்டு அங்கிருந்து ஓடிவிட்டாள்...”

இதைச் சொல்லி நாஸ்தென்கா வாய்விட்டுச் சிரித்தாள். அவளுடன் சேர்ந்து நானும் சிரித்தேன். உடனே அவளுடைய சிரிப்பு நின்றுவிட்டது.

“இதோ பாருங்கள், நீங்கள் சிரிக்கக்கூடாது, அது பாட்டியைக் கேலி செய்வதாகிவிடும். எனக்கு வேடிக்கையாக இருக்கிறது, அதனால் நான் சிரிக்கலாம்... பாட்டி பாவம், குறை சொல்லக்கூடாது, அதன் குணம் அப்படி. இருந்தாலும் பாட்டியிடம் எப்பொழுதும் எனக்குப் பிரியம் உண்டு. எனக்கு அப்பொழுது சரியானபடி தண்டனை கிடைத்தது. எனக்கு உரிய இடத்தில் மீண்டும்

இருத்தப்பட்டேன், அதன்பின் அங்கிருந்து நான் அங்குலம்கூட நகர முடியவில்லை.

“நிற்க, ஒன்று சொல்ல மறந்துவிட்டேன். எங்களுக்கு அதாவது பாட்டிக்கு சொந்த வீடு இருக்கிறது. சின்னஞ்சிறு வீடுதான், தெருப்பக்கத்தில் மூன்று சன்னல்கள் இருக்கின்றன. முற்றிலும் மரத்தாலான இந்த வீடு பாட்டியைப் போலவே மிகவும் பழமையானது. இதில் மச்சு அறை ஒன்று இருக்கிறது, ஒரு நாள் புதிய ஆள் ஒருவர் இந்த மச்சு அறைக்குக் குடி வந்தார்...”

“அப்படீன்னா, அதற்கு முன்பு அங்கு வேறொருவர் குடியிருந்தாரா?” என்று நான் இடையில் கேட்டேன்.

“இருந்தார்” என்றாள் நாஸ்தென்கா. “அவர் உங்களைப் போலல்லாது வாயை மூடிக்கொண்டு பேசாமல் இருக்கக் கூடியவர். உண்மையில் வாயைத் திறந்து ஒழுங்காய் இரண்டு வார்த்தை பேசும் திறனை இழந்துவிட்டவர். தொண்டு கிழவர் அவர், குச்சியாய் மெலிந்திருந்தார், காது செவிடு, கண் குருடு, கால் நொண்டி. முடிவில் மேலும் தொடர்ந்து வாழமுடியாமல் இறந்துவிட்டார். ஆகவே நாங்கள் ஒரு புதிய ஆளைக் குடி வைத்துக் கொள்ளவேண்டியதாயிற்று, ஏனென்றால் அந்த வாடகைப் பணம் இல்லாமல் நாங்கள் வாழ்வது கடினம், இந்த வாடகையும் பாட்டியின் பென்ஷனும்தான் எங்களுடைய பிரதான வருமானம். விதிவசமாய், புதிதாய்க் குடி வந்த ஆள் இளைஞன், ஊருக்குப் புதுசு, வாடகை குறித்து பேரம் பேசாததால் பாட்டி அந்த இளைஞனுக்கே அறையை வாடகைக்கு விட்டுவிட்டாள். ‘நாஸ்தென்கா, குடி வந்திருக்கிற ஆள் இளைஞனாகவா இருக்கிறான்?’ என்று பிற்பாடு பாட்டி என்னிடம் கேட்டாள். நான் பொய் சொல்ல விரும்பவில்லை, ஆகவே ‘அப்படி ஒன்றும் இளைஞனல்ல பாட்டி, ஆனால் கிழவனென்றும் சொல்ல முடியாது’ என்றேன். ‘ஆள் பார்ப்பதற்கு நன்றாக இருக்கிறானா?’ என்று கேட்டாள்.

பொய் சொல்ல மீண்டும் விருப்பமில்லாதவளாய் ‘நன்றாகத் தான் இருக்கிறான்’ என்றேன். இதைக் கேட்டதும் பாட்டி ‘கஷ்ட காலம், கஷ்ட காலம்! பெண்ணே உன்னை நான் எச்சரிக்கை செய்கிறேன், அவனைப் பார்க்காதே, அவனைப் பற்றி நினைக்காதே. காலம் கெட்டுப் போச்சு! நீயே பார், கேவலம் மச்சு அறையில் குடியிருக்கிறவன், அவனைப் போய் நன்றாக இருக்கிறான் என்கிறாய்! அந்தக் காலத்தில் நடக்குமா இப்படி?’

அந்தக் காலம், அந்தக் காலம் - பாட்டிக்கு எந்நேரமும் இதே பாட்டுதான்! அந்தக் காலத்தில் பாட்டி இளம்பெண், வெயில் அன்று எவ்வளவு கதகதப்பாக இருக்கும் தெரியுமா, தயிர் இவ்வளவு சீக்கிரம் புளித்துப்போகாது அன்றெல்லாம் - எதற்கு எடுத்தாலும் அந்தக் காலம்தான்! பாட்டிக்குப் பக்கத்தில் உட்கார்ந்திருந்த நான் என்னுள் கூறிக்கொண்டேன்: குடி வந்த ஆள் இளைஞனா, பார்ப்பதற்கு நன்றாக இருக்கிறானா என்று கேட்டு, பாட்டி ஏன் இப்படி எனக்கில்லாத எண்ணங்களை எல்லாம் என் தலையிலே உதிக்கவைக்கிறாள்? போகிறபோக்கில் திடீரென்று எனக்கு இப்படி ஒரு நினைப்பு வந்தது, பிறகு பின்னலை மீண்டும் எடுத்து வைத்துக்கொண்டு ஊசியிலிருந்த சுற்றுகளை எண்ண முற்பட்டதும் இதை அறவே மறந்துவிட்டேன்.

குடிவந்தவரின் அறையில் சுவர்களுக்குக் காகிதம் ஒட்டித் தருவதாகச் சொல்லியிருந்தோம். ஆகவே ஒருநாள் காலை அது பற்றிக் கேட்பதற்காக அவர் வந்திருந்தார். பேச்சு வளர்ந்து சென்றது, பாட்டி நன்றாக அரட்டையடிப்பாள். முடிவில் பாட்டி 'நாஸ்தென்கா, என்னுடைய படுக்கை அறைக்குப் போய், கணக்கிடும் கோலிச் சட்டத்தை எடுத்து வா' என்று கூறினாள். ஏனோ தெரியவில்லை. உடனே எனக்கு முகமெல்லாம் சிவந்து விட்டது, துள்ளியெழுந்தேன். ஊக்கு போட்டுக் குத்தி நான் இருத்தி வைக்கப்பட்டிருந்தது நினைவில்லாமல் எழுந்துவிட்டேன் குடிவந்தவனுக்குத் தெரியாமல் மெல்ல ஊக்கைக் கழற்றியெடுக்காமலே, வேகமாக அடியெடுத்து வைத்ததும் என்னுடன் கூட பாட்டியின் நாற்காலியும் தரையிலே நகர்ந்தது. என்னைப் பற்றிய முழு விவரமும் அந்த இளைஞருக்குத் தெரிந்துவிட்டது என்பதைக் கண்டதும் நான் செக்கச் சிவந்து போய், கல்லாய்ச் சமைந்து அப்படியே நின்றுவிட்டேன். திடீரென்று எனக்கு அழுகை வந்துவிட்டது - இழிவும் அவமானமும் பொறுக்க முடியவில்லை! 'ஏன் அப்படியே நிற்கிறாய்?' என்று பாட்டி அதட்டினாள். நான் முன்னிலும் அதிகமாக அழுதேன். தன்னால்தான் நான் வெட்கம் தாங்காமல் அழுகிறேன் என்பதைக் கண்டதும் இளைஞர் அவசரமாக விடைபெற்றுக்கொண்டு அங்கிருந்து போய்விட்டார்.

அதன்பின் அறை வாயிலில் காலடி ஓசை கேட்டதும் எனக்கு வெலவெலத்துப் போய்விடும். இதோ அவர் வருகிறார் என்று நினைத்துக்கொள்வேன், எதற்கும் தயாராக இருக்கும் பொருட்டு மெல்ல ஊக்கைக் கழற்றியெடுப்பேன். ஆனால் வந்தது அவரல்ல,

அவர் வரவே இல்லை. இரண்டு வாரங்கள் கழிந்தன, பிறகு ஒருநாள் ஃபியோக்லா மூலம் இளைஞர் எங்களுக்குச் செய்தி சொல்லியனுப்பினார்; தன்னிடம் பிரெஞ்சுப் புத்தகங்கள் நிறைய இருப்பதாகவும் எல்லாம் நல்ல புத்தகங்கள், படிப்பதற்கு ஏற்றவை என்றும், பாட்டி அவற்றை படித்துக் காட்டச் சொல்ல விரும்பலாம், கொடுத்தனுப்பலாமா என்று கேட்டிருந்தார். பாட்டி நன்றியுடன் ஏற்றுக் கொண்டாலுங்கூட, அவை நன்னெறி புகட்டும் புத்தகங்கள் தானா என்று திரும்பத் திரும்ப என்னை விசாரித்தாள். அவை நன்னெறி புகட்டுபவை அல்லவென்றால், ‘நாஸ்தென்கா, நீ அவற்றைப் படிக்கக்கூடாது, தவறான போதனை அளித்து உன்னை அவை தவறான பாதையிலே இழுத்துச் சென்றுவிடும்’ என்று பாட்டி எச்சரித்தாள்.

‘எதைப் பற்றி அவை எனக்குப் போதனை அளிக்கும், பாட்டி? அவற்றில் என்ன எழுதியிருக்கும்?’ என்று கேட்டேன்.

‘அதை ஏன் கேட்கிறே!’ என்று பாட்டி பதிலளித்தாள். ‘எல்லாம் இளைஞர்கள் அருமையான பெண்களாய்ப் பார்த்து ஆசை காட்டி மயங்க வைத்து, திருமணம் புரிந்து கொள்ளுவதாய்ப் பாசாங்கு செய்து, பெற்றோர் வீடுகளிலிருந்து அவர்களைக் கடத்திச் சென்று, பிறகு நடுத்தெருவிலே விட்டுவிட்டு ஓடுவதை அவை கூறும். இந்தப் பெண்களின் முடிவு சொல்லத்தக்கதாக இராது, அவ்வளவு பரிதாபமாக இருக்கும். இது போன்ற புத்தகங்கள் பலவும் நான் படித்திருக்கிறேன், யாவற்றையும் அவை அவ்வளவு சுவையாகச் சொல்லும், இரவெல்லாம் தூங்காமல் நீ இரகசியமாகப் படித்துக் கொண்டிருப்பாய். ஆகவே, நாஸ்தென்கா, அப்படிப்பட்ட புத்தகங்களை நீ தொடவே தொடாதே! எம்மாதிரியான புத்தகங்கள் அனுப்பியிருக்கிறான் என்று சொன்னாய்?’

‘எல்லாம் வால்டர் ஸ்காட்டின் நாவல்கள், பாட்டி.’

‘ஸ்காட் நாவல்களா? அதில் தந்திரம் எதுவும் இல்லையா, நிச்சயம்தானா? நல்லா பார், காதல் கடிதம் ஏதாவது எழுதி மறைத்து வைத்திருக்கிறானா பார்.’

‘இல்லை, பாட்டி, கடிதம் ஏதும் இல்லை’ என்றேன்.

‘முதுகுக் கட்டுக்குள் இருக்கா பார், சிலசமயம் அந்த இடுக்கில் ஒளித்து வைத்துவிடுவான்கள், போக்கரிப் பசங்கள்!..’

‘இல்லைப் பாட்டி, அந்த இடுக்கிலும் எதுவும் இல்லை.’

‘எதற்கும் நீ கவனமாக இரு!’

இவ்வாறு நாங்கள் வால்டர் ஸ்காட் நாவல்களைப் படிக்க ஆரம்பித்தோம். ஒரு மாதத்தில் பாதிப் புத்தகங்களைப் படித்து முடித்தோம். பிறகு அந்த இளைஞர் மேலும் புத்தகங்கள் அனுப்பிக்கொண்டிருந்தார். பூஷ்கின் புத்தகங்களும் சில அனுப்பினார். முடிவில் நான் புத்தகங்கள் இல்லாமல் வாழ முடியாதவளாகிவிட்டேன், சீன அரசிளங்குமரனை மணந்து கொள்வதாய்க் கனவு காண்பது நின்று போயிற்று.

இப்படி இருந்தபோதுதான் ஒருநாள் நான் மாடிப் படிக்கட்டில் அந்த இளைஞரைச் சந்திக்க நேர்ந்தது. எதையோ எடுத்து வரச்சொல்லி பாட்டி என்னை அனுப்பவே நான் அங்கே போயிருந்தேன். அவர் நின்று விட்டார். எனக்கு முகம் சிவந்து விட்டது, அவருக்கும் சிவந்துவிட்டது. ஆனால் அவர் சிரித்துக்கொண்டு என்ன சேதி, பாட்டி சுகம்தானே என்று கேட்டார். பிறகு ‘நான் அனுப்பிய புத்தகங்களைப் படித்தீர்களா?’ என்று விசாரித்தார். ‘படித்தேன்’ என்றேன். ‘எந்தப் புத்தகம் உங்களுக்கு அதிகம் பிடித்திருந்தது?’ என்று கேட்டார். ‘ஐவன்ஹோவும் [ஐவன்ஹோ – வால்டர் ஸ்காட்டின் நாவல்.] பூஷ்கின் புத்தகங்களும்தான் எனக்கு அதிகம் பிடித்திருந்தன’ என்றேன். அந்தத் தடவை நாங்கள் பேசியது அவ்வளவுதான்.

ஒரு வாரத்துக்குப் பிற்பாடு, படிக்கட்டில் திரும்பவும் அவரைச் சந்தித்தேன். இம்முறை பாட்டி என்னை அனுப்பி வைக்கவில்லை. நானேதான் சென்றிருந்தேன், எதையோ எடுத்து வருவதற்காக மணி இரண்டுக்கு மேலாகிவிட்டது. வழக்கமாக அவர் வீட்டுக்குத் திரும்பும் நேரம் அது. அவர் வணக்கம் கூறினார், பதிலுக்கு நானும் வணக்கம் கூறினேன்.

‘நாள் முழுதும் பாட்டியுடன் உட்கார்ந்திருக்கிறீர்களே, உங்களுக்கு அலுப்பாக இல்லையா?’ என்று கேட்டார்.

இப்படி அவர் கேட்டதும் உடனே வெட்கத்தாலும் வேதனையாலும் எனக்கு மீண்டும் முகம் சிவந்துவிட்டது. அது ஏன் அப்படியோ, இந்த விவகாரம் குறித்து மற்றவர்கள் என்னைக் கேட்கையில் எனக்குப் பொறுக்க முடியாமற் போய்விடும். ஒன்றும் சொல்லாமலே அங்கிருந்து போய்விட வேண்டுமென்று நினைத்தேன், ஆனால் அதற்குரிய துணிவு என்னிடம் இல்லை.

‘நீங்கள் நல்ல பெண்’ என்று அவர் மேலும் பேசினார். ‘உங்களிடம் இப்படிப் பேசுவதற்காக என்னை மன்னிக்க வேண்டும், ஆனால் நீங்கள் நன்றாக இருக்கவேண்டும் என்பதில் பாட்டியைக் காட்டிலும் நான் அதிக ஆர்வமுடையவன். நீங்கள் போய்ப் பார்த்துப் பேசக்கூடிய சினேகிதிகள் யாருமே உங்களுக்கு இல்லையா?’

‘யாரும் இல்லை. மாஷென்கா என்று ஒருத்தி இருந்தாள். ஆனால் அவள் புஸ்கோவுக்குப் போய்விட்டாள்’ என்றேன்.

‘இதோ பாருங்கள், என்னுடன் நாடகம் பார்க்க வருவீர்களா?’ என்று கேட்டார்.

‘நாடகம் பார்க்கவா? பாட்டி என்ன சொல்லுமோ?’

‘பாட்டியிடம் சொல்லாமலே வாருங்கள், போவோம்...’

‘வேண்டாம், பாட்டியை நான் ஏமாற்ற விரும்பவில்லை. வணக்கம்!’ என்றேன்.

‘வணக்கம்’ என்றார் அவரும். அதற்குமேல் ஒரு வார்த்தையும் பேசவில்லை.

பிறகு அன்றைய தினமே இரவுச் சாப்பாட்டுக்குப் பிறகு அவர் எங்களிடம் வந்தார். ஒரு நாற்காலியில் உட்கார்ந்துகொண்டு நெடுநேரம் பாட்டியுடன் பேசினார். வெளியே எங்கும் போவதில்லையா, தெரிந்தவர்கள் யாரும் இல்லையா என்று பாட்டியை விசாரித்தார். பிறகு திடீரென்று பாட்டியிடம் சொன்னார்: ‘இன்று இரவு இசை நாடகத்துக்குப் போகலாமென்று ஒரு தனி அடைப்பறை எடுத்திருக்கிறேன்; செவில் நகர முடியொப்பனையாளன் நடைபெறுகிறது; என் நண்பர்கள் சிலர் வருவதாக இருந்தனர். ஆனால் பிற்பாடு அவர்கள் தம் திட்டத்தை மாற்றிக் கொண்டுவிட்டனர். அதனால் இப்பொழுது என்னிடம் உபரியாய் டிக்கட்டுகள் இருக்கின்றன.’

‘செவில் நகர முடியொப்பனையாளனா!’ என்று பாட்டி வியப்போடு கேட்டாள்.

‘அந்தக் காலத்தில் நடிப்பார்களே, அதே முடியொப்பனை யாளனா?’ என்று கேட்டாள்.

‘ஆமாம். அதே முடியொப்பனையாளன் தான்’ என்று சொல்லி அவர் என்னைப் பார்த்தார். யாவற்றையும் நான் முன்பே புரிந்து

கொண்டுவிட்டேன். எனக்கு முகம் சிவந்துவிட்டது, என் இதயம் துள்ளிக் குதித்தது.

‘நான் நன்கு அறிந்த நாடகமாயிற்றே! அந்தக் காலத்தில் எங்கள் வீட்டு நாடக நிகழ்ச்சிகளில் நான் ரொஸீனாவாக நடிப்பது வழக்கம்’ என்றாள் பாட்டி.

‘இன்று இரவு போகலாமா, வருகிறீர்களா? என்னிடம் டிக்கட்டுகள் இருக்கின்றன’ என்றார் அவர்.

‘ஓ, போகலாம். நன்றாக இருக்குமே. என் நாஸ்தென்கா இதுவரை நாடகமே பார்த்ததில்லை’ என்று பாட்டி சொன்னாள்.

அப்புறம் கேட்பானேன், என் பூரிப்பை! உடனே தயார் செய்ய முற்பட்டோம், உடுத்திக்கொண்டோம், புறப்பட்டுச் சென்றோம். பாட்டிக்குக் கண் தெரியாதுதான், ஆனால் இசையைக் கேட்கலாமே என்று ஆசை. அது மட்டுமின்றி பாட்டிக்குத் தங்கமான உள்ளம், நான் மனம் மகிழ வேண்டுமென்று விரும்பினாள். நாங்களாகவே ஒரு நாளும் ஏற்பாடு செய்துகொண்டு நாடகம் பார்க்கப் போயிருக்க மாட்டோம். செவில் நகர முடியொப்பனையாளனைப் பற்றி என்னுடைய அபிப்பிராயங்களை நான் சொல்ல வேண்டியதில்லை. ஆனால் எங்கள் மச்சு அறையில் குடியிருந்த இளைஞர் அன்று மாலை முழுதும் அன்புடன் என்னைப் பார்த்துக் கொண்டிருந்தார், அருமையாய் என்னுடன் பேசிக் கொண்டிருந்தார். தனியே தன்னுடன் வரும்படி அன்று காலை என்னை அவர் அழைத்தது என்னைச் சோதிப்பதற்காகத்தான் என்பது உடனே எனக்குப் புரிந்தது. நான் மட்டிலா மகிழ்ச்சியுற்றேன். அன்று இரவு நான் பெருமிதமும் குதூகலமும் கொண்டவளாய்ப் படுக்கச் சென்றேன், என் இதயம் அப்படி அடித்துக்கொண்டது, கொஞ்சம் காய்ச்சல் அடிப்பது போல ஒரு மாதிரியாக இருந்தது. இரவு முழுதும் தூக்கத்தில் செவில் நகர முடியொப்பனையாளனைப் பற்றி உளறிக் கொண்டிருந்தேன்.

இனி அவர் அடிக்கடி எங்களிடம் வருவார் என்று நினைத்தேன், ஆனால் அம்மாதிரி ஒன்றும் நடைபெற வில்லை. அவர் வருவது அனேகமாய் நின்றேவிட்டது. மாதத்தில் எப்பொழுதாவது ஒருதரம் வந்து எட்டிப் பார்ப்பார், அதுவும் எங்களை மீண்டும் நாடகத்துக்குக் கூப்பிடுவதற்காகவே இருக்கும். ஆனால் எனக்கு இது முன்பு போல மகிழ்ச்சியாய் இருக்கவில்லை. பாட்டியால் துன்புறுத்தப்படுகிறேன் என்று என் மீது பரிதாபப் படுகிறார்.

அவ்வளவுதான், அதற்குமேல் ஒன்றும் இல்லை என்பதைக் கண்டேன். எண்ணியெண்ணி ஏங்கிக்கொண்டிருந்தேன், பிறகு எனக்கு என்னமோ ஆகிவிட்டது; என்னால் சும்மா உட்கார்ந்திருக்க முடிய வில்லை. படிக்கவும் முடியவில்லை, பின்னல் வேலையும் செய்ய முடியவில்லை; சில நேரம் பாட்டிக்கு ஆத்திரமூட்ட வேண்டுமென்றே ஏதாவது செய்வேன்; வேறு சில நேரம் சும்மாவே அழுவேன். மெலிந்துபோய் நோயுற்றவளைப் போலாகிவிட்டேன். இசை நாடகப் பருவம் முடிவுற்றதும் அந்த இளைஞர் எங்களைப் பார்க்க வருவது அறவே நின்று போய்விட்டது. நாங்கள் இருவரும் சந்திக்க நேர்ந்தபோது - அந்த மாடிப்படிக்கட்டில் தான் - என்னுடன் பேச விரும்பாதவரைப் போல முகத்தை 'உம்' என்று வைத்துக்கொண்டு மௌனமாகத் தலைகுனிந்து வணக்கம் தெரிவித்துவிட்டு வாயில்முகப்புக்குச் சென்று வெளியே போய்விடுவார். படிக்கட்டில் பாதிவழி ஏறிய நான் செர்ரிப் பழம் போல முகம் செக்கச் சிவந்து போய் அப்படியே நின்று கொண்டிருப்பேன். அவரைப் பார்க்கும் போதெல்லாம் அப்படித்தான் இரத்தம் குபுகுபுவென்று என் தலைக்கு வந்துவிடும்.

அனேகமாய் என் கதையின் முடிவுக்கு வந்துவிட்டேன். கடந்த ஆண்டு மே மாதத்தில் அவர் எங்களிடம் வந்து பாட்டியிடம் பேசினார். இங்கு தன் வேலைகள் யாவும் முடிந்துவிட்டதால் ஓராண்டுக்குத் திரும்பவும் மாஸ்கோ செல்லப் போவதாகப் பாட்டியிடம் சொன்னார். இதைக் கேட்டதும் எனக்கு முகம் வெளிறிட்டுப் போயிற்று. மூர்ச்சையடைந்தவளைப் போல அப்படியே ஒரு நாற்காலியில் சாய்ந்துவிட்டேன். பாட்டியால் எதையும் பார்க்க முடியவில்லை. அவர் போய் வருவதாகக் கூறித் தலைகுனிந்து வணக்கம் தெரிவித்துவிட்டு அங்கிருந்து சென்றுவிட்டார்.

இனி நான் என்ன செய்வது? யோசித்து யோசித்துப் பார்த்தேன், எண்ணியெண்ணி வருந்தினேன், முடிவில் ஒரு தீர்மானத்துக்கு வந்தேன். மறுநாள் அவர் புறப்பட்டுப் போய்விடுவார், ஆகவே பாட்டி படுக்கப்போனதும் அன்று இரவே செயலில் இறங்குவதென்று ஒரு முடிவுக்கு வந்தேன். அம்முடிவை நிறைவேற்றவும் செய்தேன். என்னிடமிருந்த எல்லா ஆடைகளையும் கொஞ்சம் உள்ளுடுப்புக்களையும் எடுத்து மூட்டையாய்க் கட்டி, இந்த மூட்டையைக் கையில் எடுத்துக்கொண்டு, உயிர் ஒடுங்கிய

நிலையில் நடைப் பிணம்போல மச்சு அறையின் படிக்கட்டில் ஏறினேன். அந்தப் படிகளில் ஏறி மேலே செல்வதற்கு ஒரு மணி நேரமாகியிருக்குமென நினைக்கிறேன். அவருடைய அறைக் கதவைத் திறந்தேன், என்னைப் பார்த்ததும் அவர் திடுக்கிட்டு விட்டார். பேய் என்று நினைத்துவிட்டார். பிறகு சிறிது நேரத்துக்கெல்லாம் எனக்குக் கொஞ்சம் தண்ணீர் கொண்டு வருவதற்காக ஓடினார், ஏனெனில் நான் நிற்க முடியாதவளாகி விட்டேன். என் தலை கிறுகிறுக்கும்படி அப்படிப் பலமாக என் இதயம் படபடத்தது, சிந்தை கலங்கியவளாய்த் தடுமாறினேன். பிறகு நிதானம் திரும்பியதும் கையிலிருந்த மூட்டையை அவருடைய படுக்கை மீது வைத்து, அதன் பக்கத்தில் உட்கார்ந்து, கைகளால் முகத்தை மூடிக்கொண்டு தாரையாய்க் கண்ணீர் வழிந்தோட வாய்விட்டு அழுதேன். எல்லாவற்றையும் உடனே அவர் புரிந்து கொண்டிருக்கவேண்டும், முகம் வெள்ளை வெளேரென வெளுத்துப் போய்க் கண்களிலே துயரம் ததும்ப என் நெஞ்சு பதறும்படி சோகமே உருவெடுத்தாற் போல என் எதிரே நின்றார்.

‘நாஸ்தென்கா, நான் சொல்வதைக் கேளுங்கள்’ என்றார். ‘நான் எதுவும் செய்ய இயலாதவன், ஏழை; ஒன்றும் இல்லாதவன், நல்லபடியாய் இன்னும் எனக்கு ஒரு வேலை கிடைத்தாகவில்லை. இப்படிப்பட்ட நான் உங்களை மணந்து கொண்டால் நாம் வாழ்வது எப்படி?’

நெடுநேரம் நாங்கள் பேசிக்கொண்டிருந்தோம். நான் மனம் ஒடிந்து போய், இனி என்னால் பாட்டியுடன் வாழமுடியாது, ஊக்கு போட்டுக் குத்தி இருத்தி வைக்கப்பட நான் விரும்பவில்லை என்றேன்; அவர் விரும்பினாலும் விரும்பாவிட்டாலும் எப்படியும் அவருடன் நான் மாஸ்கோ போக வேண்டும், ஏனெனில் அவரில்லாமல் என்னால் வாழமுடியாது என்றேன். வெட்கம், காதல், தன்மான உணர்ச்சி எல்லாம் ஒன்று சேர்ந்து ஒரே நேரத்தில் என்னுள் பொங்கியெழவே திணறிப் போய் மூர்ச்சித்துவிடும் நிலையில் அவர் படுக்கைமீது விழுந்து விட்டேன். அவர் முடியாதென்று சொல்லிவிடுவாரோ என்று அப்படிப் பயந்து நடுங்கினேன்!

சில நிமிடங்கள் மௌனமாய் உட்கார்ந்திருந்துவிட்டு அவர் எழுந்து நின்றார்; பிறகு என் அருகே வந்து என் கையை எடுத்து அணைத்துப் பிடித்துக்கொண்டார்.

‘என் அன்புக்குரிய, எனது அருமை நாஸ்தென்கா’ என்று அவர் பேசத்தொடங்கியதும் அவருடைய முகத்தில் கண்ணீர் தாரையாய் வழிந்தோடிற்று. ‘நான் சொல்வது பூராவையும் பொறுமையுடன் கேளுங்கள். உங்களுக்கு நான் சத்தியம் செய்து தருகிறேன், நான் திருமணம் புரிந்து கொள்ளத்தக்க நிலையை எந்நாளிலும் அடைவேனாயின், என் வாழ்வை இன்பமாக்கக் கூடியவள் நீங்களே அன்றி வேறு எவரும் அல்ல. நான் சொல்வதை நீங்கள் நம்பவேண்டும், உங்களால் மட்டுமேதான் இப்பொழுது எனக்கு இன்ப வாழ்வு அளிக்கமுடியும். ஆகவே நான் சொல்வதைக் கேளுங்கள்: நான் மாஸ்கோவுக்குப் போகிறேன், சரியாக ஓராண்டு அங்கே இருப்பேன். அதற்குள் என் விவகாரங்களுக்குத் தக்கதோர் ஏற்பாட்டைச் செய்துகொண்டு விடுவேன் என்று திடமாய் நம்புகிறேன். நான் திரும்பி வந்ததும், என் மீது அப்பொழுதும் உங்களுக்கு காதல் இருக்குமாயின், நாம் இருவரும் இன்பமாக வாழ்வோம் என்று சத்தியம் செய்து தருகிறேன். ஆனால் இப்பொழுது அது சாத்தியமல்ல, தற்போது நான் எதுவும் செய்ய முடியாதவன், அதற்குரிய உரிமை இல்லாதவன். திரும்பவும் கூறுகிறேன், ஓராண்டில், இல்லையெனில் எப்படியும் ஒருநாள் அது நடைபெற்றே தீருமென்று உறுதி கூறுகிறேன். எனக்குப் பதிலாக வேறொருவனை நீங்கள் விரும்பாமல் இருக்கும் பட்சத்தில் தான் இப்படி என்பதைக் கூறத் தேவையில்லை, ஏனெனில் எந்த உறுதிமொழிக்கும் உங்களை உட்படச்செய்து கட்டுப் படுத்தி வைக்க நான் நினைக்கவில்லை, அது நியாயமும் அல்ல.’

இதுதான் அவர் என்னிடம் சொன்னது. மறுநாள் அவர் புறப்பட்டுச் சென்றுவிட்டார். இது பற்றி பாட்டியிடம் எதுவும் சொல்வதில்லை என்று நாங்கள் முடிவு செய்து கொண்டோம். அப்படித்தான் அவர் விரும்பினார். அவ்வளவுதான், என் கதை இப்பொழுது அனேகமாய் முடிந்துவிட்டது. சரியாக ஓராண்டு கழிந்திருக்கிறது. அவர் திரும்பி வந்திருக்கிறார், அவர் வந்து முழுதாக மூன்று நாட்கள் ஆகின்றன, அப்படியும்...

“அப்படியும் என்ன?” கதையின் முடிவு தெரிய வேண்டு மென்று தவித்த நான் பொறுமையின்றி இடைமறித்துக் கேட்டேன்.

“அப்படியும் இன்னும் என்னிடம் அவர் தலைகாட்டவே இல்லை!” நாஸ்தென்கா பெருமுயற்சி செய்துதான் பதிலளித்தாள். “எந்தத் தகவலுமே இல்லை, பேச்சுமூச்சின்றி இருக்கிறார்...”

அத்துடன் நிறுத்திக்கொண்டு சற்று நேரம் மௌனமாக இருந்துவிட்டு தலையைக் குனிந்து கொண்டாள். பிறகு திடீரென்று கைகளிலே முகத்தைப் புதைத்துக் கொண்டு கதறி அழுதாள், எனக்கு நெஞ்சு பிளந்துவிடும் போலாகிவிட்டது. இதுபோன்ற ஒரு முடிவை நான் எதிர்பார்க்கவே இல்லை.

"நாஸ்தென்கா!" என்று தயங்கியவாறு கெஞ்சும் குரலில் நான் சொன்னேன். "நாஸ்தென்கா, வேண்டாம், வேண்டாம்! அழாதீர்கள்! எப்படித் தெரியும் உங்களுக்கு? இன்னும் அவர் இங்கு திரும்பி வந்திருக்கமாட்டார்..."

"வந்துவிட்டார், வந்துவிட்டார்" என்றாள் நாஸ்தென்கா. "எனக்குத் தெரியும், திரும்பி வந்துவிட்டார். இங்கிருந்து அவர் புறப்பட்டதற்கு முந்திய இரவில் நாங்கள் யாவற்றுக்கும் ஏற்பாடு செய்திருந்தோம், யாவற்றையும் பேசி, இப்பொழுது நான் சொன்னபடி நாங்கள் உடன்பாட்டுக்கு வந்தபின், வெளியே சென்று உலாவிவிட்டு வரலாமென்று இங்கே இதே இடத்துக்கு வந்தோம். மணி பத்து இருக்கும், இந்தப் பெஞ்சில் உட்கார்ந்தோம். முன்பே எனக்கு அழுகை நின்றுவிட்டது. சொக்கிப்போய் அவருடைய பேச்சைக் கேட்டுக்கொண்டு உட்கார்ந்திருந்தேன்... இங்கு திரும்பியதும் அத்தருணமே நேரே என்னிடம் வருவதாகச் சொன்னார். நான் அவரை ஏற்க மறுக்கவில்லை என்றால், பாட்டியிடம் எல்லாவற்றையும் சொல்வோம் என்று கூறினார். இப்பொழுது அவர் திரும்பி வந்துவிட்டார், எனக்குத் தெரியும், ஆனால் என்னிடம் வரவே இல்லை, வரவே இல்லை!"

மீண்டும் அவள் அழத் தொடங்கினாள்.

"அட தெய்வமே! உங்களுக்கு உதவியாக என்னால் ஒன்றும் செய்யமுடியாதா?" என்று கேட்டபடி மனம் பொறுக்க மாட்டாதவனாகப் பெஞ்சிலிருந்து வெடுக்கென்று எழுந்தேன். "நாஸ்தென்கா, நான் போய் அவரைப் பார்த்துப் பேசினால் உதவியாய் இருக்காதா?"

"நீங்கள் போய்ப் பேசலாமா? பேசலாம் என்றா நினைக் கிறீர்கள்?" திடுமெனத் தலையை உயர்த்தி என்னைப் பார்த்தபடி அவள் வினவினாள்.

இந்த யோசனை எவ்வளவு முட்டாள்தனமானது என்பதை உணர்ந்துகொண்ட நான், "வேண்டாம், அது சரியல்ல" என்றேன்.

“எனக்கு இன்னொரு யோசனை தோன்றுகிறது: அவருக்கு ஒரு கடிதம் எழுதுங்கள்.”

“நான் எழுதக்கூடாது, அது நன்றாய் இராது” என்றாள் தீர்மானமாக. அதே நேரத்தில் கண்களைத் தணித்துக் கொண்டு என் பார்வையைத் தவிர்த்துக்கொள்ள முயன்றாள்.

“ஏன் கூடாது, ஏன் நன்றாய் இராது என்கிறீர்கள்?” எனக்கு உதித்த அந்த யோசனையால் கவரப்பட்டு நான் உற்சாகமாகப் பேசினேன். “ஆனால், நாஸ்தென்கா, நீங்கள் எழுதும் கடிதம் எப்படிப்பட்டதாக இருக்கவேண்டும் தெரியுமா? ஒரு தனி வகையானதாக இருக்கவேண்டும். எப்படி எழுதுகிறீர்கள் என்பதையே பொறுத்திருக்கிறது எல்லாம். ஆம், நாஸ்தென்கா, நான் சொல்வதுதான் சரி! என்னை நம்புங்கள்! நான் தகாத ஆலோசனை எதையும் உங்களிடம் சொல்லமாட்டேன். எல்லாம் நல்லபடி ஆகிவிடும், நான் சொல்கிறபடி செய்யுங்கள்! முன்பு நீங்கள் தான் முதலில் முயற்சியெடுத்து செயலில் இறங்கினீர்கள், இப்பொழுது திரும்பவும் அதேபோல ஏன் செய்யக்கூடாது என்கிறீர்கள்?”

“கூடாது, கூடாது! அப்படிச் செய்தால் நான் ஏதோ கட்டாயப்படுத்துவது மாதிரி இருக்கும்...”

“எனது அருமை, எனது இனிய நாஸ்தென்கா!” என்று மகிழ்ந்து புன்னகை புரிந்தவாறு நான் குறுக்கிட்டேன். “அப்படி ஒன்றும் இருக்காது, இருக்கவே இருக்காது. உங்களுக்கு உரிமை இருக்கிறது, ஏனென்றால் அவர் உங்களுக்கு வாக்களித்துச் சென்றார். அது மட்டுமல்ல, நீங்கள் சொன்னதிலிருந்து அவர் பண்புடையவர், மிகவும் கண்ணியமாக நடந்து கொள்பவர் என்பது தெரிகிறது.” என்னுடைய வாதத்தின், வற்புறுத்தலின் தர்க்க நியாயத்தைக்கண்டு மேலும் மேலும் மகிழ்ச்சியுற்றுத் தொடர்ந்து பேசினேன். “உங்களிடம் அவர் நடந்துகொண்ட முறையைப் பாருங்கள்! தன்னை அவர் வாக்குறுதிக்குக் கட்டுப்படுத்திக் கொண்டார். தான் எப்பொழுது மணம் புரிந்து கொள்வதாயினும் உங்களை அன்றி வேறு யாரையும் மணம் புரிந்துகொள்வதில்லை என்று வாக்களித்தார். அதேபோது நீங்கள் எப்பொழுது விரும்பினாலும் அவரை வேண்டாமெனச் சொல்வதற்கு உங்களுக்கு முழுச் சுதந்திரம் அளித்தார். ஆகவே நீங்கள் முதலில் முயற்சி எடுப்பது முற்றிலும் நியாயமாகும், அதற்கு உங்களுக்கு உரிமை இருக்கிறது.

அவருக்கு இல்லாத அனுகூலமான நிலையில் நீங்கள் இருக்கிறீர்கள், வாக்குறுதியிலிருந்து நீங்கள் அவருக்கு விடுதலை அளிக்க விரும்புவதாக வைத்துக்கொள்வோம்...''

"எப்படி எழுதலாம்? அதைச் சொல்லுங்கள்.''

"எதை?''

"இந்தக் கடிதத்தைத்தான்.''

"'அன்பரே' என்று தொடங்கவேண்டும்...''

"அன்பரே என்றுதான் எழுத வேண்டுமா?''

"ஆமாம், அது வேண்டாமெனில் வேறுவிதமாகவும் ஆரம்பிக்கலாம்...''

"அது போகட்டும், அப்புறம் என்ன எழுதுவது, சொல்லுங்கள்.''

"'அன்பரே, என்னை மன்னிக்கும்படி வேண்டுகிறேன்...' இல்லை, அப்படி வேண்டாம், மன்னிப்பு கேட்க வேண்டியதில்லை. உங்களது கடிதமே யாவற்றையும் தெளிவுப்படுத்தும், நேரடியாகவே எழுதுங்கள்:

'உங்களுக்குக் கடிதம் எழுதுகிறேன். எனது பொறுமை யின்மைக்காக மன்னிக்கவும். இன்பமாக வாழலாம் என்று நம்பிக்கையுடன் ஓராண்டாகக் காத்திருந்தேன் இப்பொழுது என்ன ஆகுமோ என்ற இந்தச் சந்தேகத்தை நான் ஒரேயொரு நாளைக்குங்கூட சகிக்கமாட்டாதவளாக இருப்பது குற்றமாகுமா? நீங்கள் திரும்பி வந்திருக்கிறீர்கள், உங்களுக்கு மனம் மாறிப் போயிருக்கலாம். அப்படி மாறியிருந்தால் நான் குறைபட்டுக்கொள்ளவுமில்லை, உங்கள் மீது குற்றம் சாட்டவுமில்லை என்பதை இந்தக் கடிதம் உங்களுக்கு அறிவிக்கும். உங்கள் மீது நான் குற்றம் சாட்டவில்லை, ஏனெனில் நான் உங்களது உள்ளத்தின் உடமையாக முடியாதவள் - என் தலைவிதி அப்படி!

'நீங்கள் மாண்புமிக்கவர், பொறுமையின்றி நான் எழுதும் இவ்வரிகளைக் கண்டு நீங்கள் நகைக்கவோ அலுத்துக்கொள்ளவோ மாட்டீர்கள். இவற்றை எழுதுகிறவள் தன்னந்தனியளான ஒரு பேதைப் பெண், தனக்கு வழிகாட்டவோ புத்திமதி சொல்லவோ யாரும் இல்லாதவள், தன் இதயத்தை அடக்கியாளும் திறனற்றவள் என்பதை நீங்கள் மறக்கலாகாது. என் உள்ளத்தில் ஒரு கணத்துக்கு ஊடுருவிவிட்ட சந்தேகத்துக்காக என்னை நீங்கள் மன்னிக்க

வேண்டும். உங்கள் மீது காதல் கொண்டவளுக்கு, இன்னமும் உங்களையே காதலித்து வருகிறவளுக்கு சிந்தனையிலுங்கூட ஊறு செய்வதற்கு தாங்கள் விரும்பமாட்டீர்கள்.''

“அப்படித்தான் எழுத வேண்டும்! நான் எப்படி நினைத்தேனோ அப்படியே நீங்களும் சொல்கிறீர்கள்!'' என்று கண்கள் பிரகாசிக்க ஆனந்தமாக நாஸ்தென்கா கூவினாள். “என் மனத்தின் சஞ்சலத்தை நீங்கள் விரட்டியடித்துவிட்டீர்கள்! தெய்வம்தான் உங்களை என்னிடம் அனுப்பி வைத்திருக்க வேண்டும்! நன்றி, உங்களுக்கு நன்றி!''

“எதற்காக நன்றி - தெய்வம் என்னை உங்களிடம் அனுப்பி வைத்திருக்கிறது என்பதற்காகவா?'' என்று நான் ஆனந்தம் பொங்கிய அவளுடைய முகத்தைக் களிப்புடன் உற்று நோக்கியவாறு கேட்டேன்.

“ஆம், வேறு எதற்கும் இல்லையேனும் அதற்காக மட்டுமாவது என்றும் நான் உங்களுக்கு நன்றிக் கடன் பட்டவளாகவே இருப்பேன்!''

“நாஸ்தென்கா! சிலர் நம்முடன் கூட இதே உலகில் வாழ்கிறார்களே, அதுவே போதுமென நாம் அகமகிழ்ந்து அவர்களுக்கு நன்றி செலுத்துகிறோம், தெரியுமா உங்களுக்கு? நாம் இருவரும் ஒருவரையொருவர் தெரிந்துகொள்ள நேர்ந்ததற்காக உங்களுக்கு நான் நன்றி செலுத்துகிறேன், ஏனெனில் இனி என் வாழ்நாள் முழுதும் உங்களை நான் மறக்கவே மாட்டேன்!''

“அது சரிதான்! இப்பொழுது நான் சொல்வதைக் கேளுங்கள்: அவர் திரும்பி வந்ததும் உடனே எனக்குத் தகவல் தெரிவிக்க வேண்டுமென்று நாங்கள் பேசி முடிவு செய்திருந்தோம். எனக்குத் தெரிந்த குடும்பம் ஒன்று இருக்கிறது. அவர்கள் நல்லவர்கள், எளிமையானவர்கள், எங்கள் விவகாரத்தைப் பற்றி ஏதும் அறியாதவர்கள் - அவர்களுடைய இடத்தில் எனக்கு அவர் கடிதம் எழுதி வைத்துவிட்டுப் போகவேண்டும், அப்படி அவரால் எனக்கு எழுத முடியாமற்போகும் பட்சத்தில் - யாவற்றையும் கடிதத்தில் எழுத சிலசமயம் முடியாது அல்லவா? - அவர் திரும்பி வரும் அதே நாளன்று சரியாகப் பத்து மணிக்கு அதே இடத்துக்கு நம்முடைய சந்திப்பு இடமாகிவிட்ட அதே இடத்துக்கு, வந்துவிடவேண்டும் என்று நாங்கள் ஏற்பாடு செய்திருந்தோம். எனக்குத் தெரியும், அவர் திரும்பி வந்துவிட்டார், மூன்று

நாட்களாகிவிட்டது; ஆயினும் அவர் இங்கு வரவுமில்லை, எனக்குக் கடிதம் எழுதி வைக்கவுமில்லை. பகற்பொழுதில் என்னால் பாட்டியை விட்டு வரமுடியாது. ஆகவே, நான் கூறிய இந்த நல்லவர்களிடம் நாளைக்கு நீங்கள் என்னுடைய கடிதத்தைக் கொண்டுபோய்க் கொடுக்கமுடியுமா? அவர்கள் கடிதத்தை அவரிடம் சேர்ப்பித்துவிடுவார்கள், அதற்கு அவரிடமிருந்து பதில் ஏதாவது இருக்குமானால் நாளைக்குப் பத்து மணிக்கு நீங்கள் அதை இங்கே எடுத்து வரவேண்டும்."

"ஆனால் கடிதம் வேண்டுமே! கடிதம்! முதலில் நீங்கள் கடிதத்தை எழுதியாக வேண்டுமே! நாளைக்கு மறுநாளைக்கு முன்னதாய்க் காரியம் முடிவடையாதே."

"கடிதம்..." என்றாள் நாஸ்தென்கா, சற்றுக் குழப்பத்துடன், "கடிதம்தானே..."

வாக்கியத்தை அவள் முடிக்கவில்லை. முதலில் முகத்தை என்னிடமிருந்து திருப்பிக்கொண்டாள், ரோஜா மாதிரி அது செக்கச் சிவந்து போயிற்று, பிறகு திடீரென்று என் கையில் அந்தக் கடிதம் தட்டுப்படக் கண்டேன். நெடுநேரத்துக்கு முன்பே எழுதி முடிக்கப்பட்டு, முகவரி குறிக்கப்பட்டு, மூடி ஒட்டப்பட்டுத் தயாராயிருந்தது கடிதம்! இதமான, மென்மையான ஒரு நினைவின் நிழலுருவம் என் மனதில் குதித்தோடிற்று.

"ரொ - ரொ, ஸீ - ஸீ, னா - னா" என்று நான் பாடத் தொடங்கினேன்.

"ரொஸீனா!" - இருவருமாகச் சேர்ந்து பாடினோம். எனக்கு ஏற்பட்ட மகிழ்ச்சிப் பெருக்கில் அனேகமாய் அவளைக் கட்டித் தழுவிக் கொண்டுவிட்டேன். அங்கமெல்லாம் புல்லரிக்கச் செக்கச் சிவந்துவிட்ட அவள் தன் கண்ணிமைகளின் கருமுனைகளில் முத்து முத்தாகப் பளிச்சிட்ட கண்ணீருக்கிடையே இனிமையாகச் சிரித்தாள்.

"சரி, போதும் இது! இனி விடைபெற்றுக் கொள்வோம், போய்வருகிறேன்!" என்று அவசரமாகக் கூறினாள். "இதோ இருக்கிறது கடிதம், அதைக் கொண்டுபோய்க் கொடுக்க வேண்டிய முகவரி இது. நாளைக்குச் சந்திப்போம், போய் வருகிறேன்!"

அவள் ஆர்வமுடன் என் கைகளை அழுத்திக் குலுக்கி, தலையை அசைத்துக் காட்டிவிட்டு, அம்பு போல ஒரு சந்துக்குள்

பறந்தோடினாள். என் பார்வை அவளைப் பின்தொடர்ந்து செல்ல அங்கேயே நான் நெடுநேரம் நின்று கொண்டிருந்தேன்.

"மீண்டும் நாளைக்குச் சந்திப்போம், நாளைக்குச் சந்திப்போம்!" - என் பார்வையிலிருந்து அவள் மறைந்ததும் இந்த எண்ணம் என் மனதில் நடனம் ஆடிற்று.

மூன்றாம் இரவு

இன்று பகல் மழையும் மந்தாரமுமாகத் துயரம் தோய்ந்து இருந்தது; ஒளியின் மினுமினுப்பு சிறிதுமின்றி, என்னுடைய முதுமைப் பருவம் எப்படி இருக்குமோ அதே போன்றதாக இருந்தது. விபரீத எண்ணங்கள் என்னுள் எழுந்து மொய்க்கின்றன, தெளிவற்ற உணர்ச்சிகளும் குழம்பிய பிரச்சினைகளும் என் மனத்துள் அடித்து மோதிக்கொள்கின்றன. ஆயினும் ஏனோ தெரியவில்லை, அவற்றுக்குத் தீர்வு காண்பதற்குரிய பலமோ விருப்பமோ என்னிடம் இல்லை. அது என் பணியல்ல, இவற்றுக்கு எல்லாம் தீர்வு காண்பது என் பணியல்ல!

இன்று நாங்கள் சந்திக்க முடியப்போவதில்லை. நேற்று இரவு நாங்கள் விடைபெற்றுக் கொண்டு பிரிந்தபோது வானத்தில் மேகங்கள் திரளத் தொடங்கிவிட்டன. மூடுபனி மூண்டெழுந்துவிட்டது. நாளைக்கு வானம் நன்றாயிராது என்று அவளிடம் சொன்னேன்; அவள் பதில் கூறவில்லை, தனக்கு ஒவ்வாத ஒன்றைக் கூற அவளுக்கு மனம் வரவில்லை. வரும் பகற்பொழுதானது அவளுடைய இன்பத்துக்கு ஊறு செய்யும் சிறு மேகம் எதுவுமின்றித் தெளிவாகவும் பிரகாசமாகவும் இருக்க வேண்டுமென விரும்பினாள்.

“மழை பெய்தால் நாம் சந்திக்க முடியாமற் போய்விடும், நான் வரமாட்டேன்” என்று கூறியிருந்தாள்.

இன்று அவள் மழையைக் கவனித்தே இருக்கமாட்டாள் என்று நான் நினைத்தேன், ஆனால் அவள் வரவில்லை.

நேற்று இரவு மூன்றாவது முறையாக நாங்கள் சந்தித்தோம், அது எங்களுடைய மூன்றாம் வெண்ணிற இரவு...

என்னென்பது இதை! இன்பமும் மகிழ்ச்சியும் எப்படிப் பட்ட அழகை உண்டாக்கிவிடுகின்றன! உங்கள் இதயத்தில் எப்படி அன்பு பொங்கி வழிகிறது! இந்த அன்பு அனைத்தையும் நீங்கள் இன்னொரு இதயத்தினுள் பாயச் செய்யவேண்டும் என்று அல்லவா விரும்புகிறீர்கள்! உங்களைச் சுற்றியுள்ளவை யாவற்றையும் குதூகலத்திலும் சிரிப்பிலும் திளைக்கச் செய்ய வேண்டும் என்று அல்லவா விரும்புகிறீர்கள்! இன்பப் பூரிப்பு - அது எல்லோரையும் அல்லவா தொத்திக் கொண்டுவிடுகிறது! நேற்று இரவு அவளுடைய பேச்சில் அவ்வளவு கனிவு இருந்தது, அவளுடைய இதயத்தில் அவ்வளவு அன்பு நிறைந்திருந்தது... என்பால் அவ்வளவு இனிமையாய் நடந்துகொண்டாள், எனக்கு அவ்வளவு பரிவு காட்டினாள், என் இதயத்தில் அவ்வளவு ஆர்வமும் தெம்பும் பிறக்கச் செய்துவிட்டாள்! தன் இன்பக் களிப்பால் தூண்டப்பெற்று எப்படிக் குழைந்துக் குலாவினாள்! உடனே நானும்... நானும் நினைத்துவிட்டேனே, இவை எல்லாம் மெய்தான் என்று, மெய்யாகவே என்பால் அவள்...

அட தெய்வமே, அது எப்படி அதுமாதிரி என்னால் நினைக்க முடிந்தது? அது எப்படி நான் அந்த அளவுக்குக் குருடனாக முடிந்தது? யாவும் வேறொருவனுக்கு உரியதாகி எதுவுமே என்னுடையதல்ல என்னும்போது, அவளுடைய இனிமையும் பரிவும் அன்பும் - ஆம், என்பால் அவள் காட்டிய அன்பும் கூடத்தான் - அந்த இன்னொருவனை விரைவில் சந்திக்கப் போகிறோம் என்பதால் அவளுக்கு உண்டான களிப்பே அன்றி, தனது இன்பத்தை என்னுடன் பகிர்ந்துகொள்ள வேண்டுமென்ற ஆவலே அன்றி வேறு எதுவும் அல்ல என்னும்போது, எப்படி நான் அம்மாதிரி குருடனாக முடிந்தது?.. அவன் வரத் தவறியதும், அவனுக்காக நாங்கள் வீணில் காத்திருந்தோம் என்பது தெரிந்ததும், அவளுக்கு முகம் சுண்டிவிட்டதே, பீதியுற்றுக் கலங்கிவிட்டதே. அவளுடைய பாவனைகளிலும் பேச்சிலும் வேடிக்கையும்

விளையாட்டும் குதூகலமும் குறைந்து விட்டன. ஆனால் விந்தை என்னவெனில், இப்பொழுது அவள் என்னிடம் இரு மடங்கு கூடுதலான கவனம் செலுத்தலானாள்; இதுவரை அவள் எதற்காக ஆவலுடன் எதிர்பார்த்திருந்தாளோ, எது ஈடேறாமல் போய்விடுமோ என்று நினைத்து கலங்கினாளோ, அதை என் மீது சொரிய வேண்டுமென்ற உள்ளுணர்வால் உந்தப்பட்டவளைப் போல நடந்து கொண்டாள். எனதருமை நாஸ்தென்கா அப்படி பீதியுற்றுக் கதிகலங்கிப்போன காரணத்தால், நான் அவளைக் காதலிப்பதை முடிவில் புரிந்து கொண்டு எனது பரிதாப நிலை குறித்து இரக்கம் கொண்டுவிட்டாள் என்று நினைக்கிறேன். நமக்குத் துன்பம் ஏற்படும் பொழுதுதான் அடுத்தவர்களுடைய துன்பத்தை நாம் மேலும் கூர்மையாக உணர முடிகிறது; அப்பொழுது நமது உணர்ச்சி மேலும் கூர்மையாகிறதே ஒழிய குலைந்து போவதில்லை...

நான் மனநிறைவுடன் அவளிடம் சென்றேன், சந்திப் பதற்குரிய நேரம் எப்பொழுது வருமென்று ஆவலோடு சென்றேன். பிற்பாடு எனக்கு ஏற்படப்போகும் உணர்ச்சி குறித்தோ, இவற்றின் முடிவு எப்படி இருக்கும் என்பது குறித்தோ அப்பொழுது நான் அறியேன். மகிழ்ச்சியால் அவள் பூரிப்படைந்து மலர்ந்திருந்தாள், அவருடைய பதிலை எதிர்பார்த்துக் கொண்டிருந்தாள். அவளுக்குரிய பதிலாய் அவரே வரப்போகிறார். அவளுடைய குரலுக்குச் செவி சாய்த்து அவர் ஓடோடி வரப் போகிறார். எனக்கு ஒரு மணி நேரம் முன்ன தாகவே அங்கு அவள் வந்துவிட்டாள். ஆரம்பத்தில் யாவும் அவளை மகிழ்விப்பதாக இருந்தன, நான் கூறிய ஒவ்வொரு சொல்லையும் கேட்டு அவள் சிரித்து மகிழ்ந்துகொண்டாள். என் உள்ளத்தில் இருந்ததை அவளிடம் சொல்ல வாயெடுத்தேன், ஆனால் சொல்லாமலே வாயை மூடிக்கொண்டேன்.

“நான் ஏன் இப்படிக் குதூகலமாக இருக்கிறேன், தெரியுமா? உங்களைப் பற்றி ஏன் இப்படி மனம் மகிழ்கிறேன்? இன்று ஏன் உங்களிடம் இவ்வளவு பாசம் கொண்டிருக்கிறேன்?” என்று அவள் கேட்டாள்.

“தெரியவில்லையே” என்றேன். என் இதயம் துள்ளிக் குதித்தது.

“என்மீது நீங்கள் காதல் கொண்டுவிடாமல் இருப்பதால் தான் நான் உங்களிடம் இவ்வளவு பாசமாய் இருக்கிறேன். வேறு யாராவது உங்களிடத்தில் இருந்தால் என்னை நச்சரித்துப்

பாடாய்ப்படுத்தியிருப்பானே, பெருமூச் செறிந்தும் முனகியும் இருப்பானே. ஆனால் நீங்கள் இனிமையிலும் இனிமையாய் நடந்து கொள்கிறீர்களே!"

இதைச் சொல்லி அவள் என் கையைப் பலமாக அழுத்தி அப்படி ஒரு நசுக்கு நசுக்கினாள், நான் வாய்விட்டுக் கத்தும்படி ஆகிவிட்டது. அவள் உரக்கச் சிரித்தாள்.

பிறகு ஒரு நிமிடத்துக்கெல்லாம் வேடிக்கையை விடுத்து மிகவும் அமைதியாக "அருமையிலும் அருமையான நண்பர் நீங்கள்!" என்றாள். "கடவுள் தான் உங்களை என்னிடம் அனுப்பி வைத்திருக்கவேண்டும். நீங்கள் எனக்குக் கிடைத்திராவிடில் இப்பொழுது என் கதி என்னவாகி இருக்கும், தெரியுமா? சிறிதும் தன்னலமற்றவராய் இருக்கிறீர்கள்! என்பால் அவ்வளவு தூய நேசமும் பாசமும் கொண்டுள்ளீர்கள்! நான் திருமணம் புரிந்துகொண்ட பிறகும், நாம் இருவரும் மிகச் சிறந்த நண்பர்களாக இருப்போம், அண்ணனும் தங்கையுமாகப் பிறந்தவர்களைக் காட்டிலும் அதிக நேசமும் பாசமும் கொண்டவர்களாக இருப்போம். அவரிடம் எனக்கு எவ்வளவு பிரியம் இருக்குமோ ஏறத்தாழ அதே அளவுக்கு உங்களிடமும் பிரியம் கொண்டிருப்பேன்..."

கணப் பொழுதுக்கு என்னை ஒரு பயங்கரச் சோகம் வருத்திற்று; ஆனால் அதேபோதில் சிரிப்பையொத்த ஏதோ ஒன்று என் நெஞ்சினுள் குறுகுறுத்துக்கொண்டிருந்தது.

"நீங்கள் கலக்கமுற்று நிலைகுலைந்துவிட்டீர்கள்" என்றேன், "பீதியடைந்திருக்கிறீர்கள், அவர் வரமாட்டார் என்று நினைக்கிறீர்கள்."

"அட தெய்வமே, அதெல்லாம் இல்லை!" என்று அவள் பதிலளித்தாள். "நான் மட்டற்ற மகிழ்ச்சி கொண்டிருக்கிறேன், இல்லையேல் உங்களுடைய இந்தக் குற்றச்சாட்டையும் நீங்கள் தெரிவிக்கும் அவநம்பிக்கையையும் கேட்டு நான் அழத் தொடங்கியிருப்பேன். ஆயினும் நெடுநேரத்துக்கு நான் சிந்திப்பதற்கு வேண்டியவற்றை நீங்கள் எனக்குத் தந்திருக்கிறீர்கள், பிற்பாடு இவை குறித்துச் சிந்தனை செய்வேன். ஆனால் இப்பொழுது நான் ஒத்துக்கொள்கிறேன்: நீங்கள் சொன்னது மெய்தான். ஆம்! எனக்கு என்னமோ போலத்தான் இருக்கிறது, என்ன நடைபெறுமோ என்று குழம்புகிறேன். சரி, இருக்கட்டும் பார்க்கலாம்!.."

காலடி ஓசை கேட்டு நாங்கள் துணுக்குற்றோம்: இருட்டி லிருந்து வெளிப்பட்ட ஓர் ஆள் எங்களை நோக்கி நடந்து வந்தான். இருவரும் நடுங்கிப் போனோம்; அவள் வாய்விட்டுக் கூவியழைக்கப் போனாள். நான் அவளுடைய கையை விட்டுவிட்டு அவளிடமிருந்து விலகி வர முற்பட்டேன். ஆனால் நாங்கள் நினைத்தது சரியல்ல: வந்தவர் அவரல்ல.

"எதற்காக நீங்கள் பயப்படுகிறீர்கள்? என் கையை விட்டு விட்டு நீங்கள் ஏன் நகர்ந்தீர்கள்?" என்று கேட்டு அவள் திரும்பவும் தன் கையை என்னிடம் கொடுத்தாள். "அதனால் என்ன? இருவரும் சேர்ந்து அவரைச் சந்திக்கலாம். நாம் இருவரும் ஒருவரையொருவர் காதலிப்பதை அவர் பார்க்க வேண்டும் என்பதுதான் என் விருப்பம்."

"நாம் இருவரும் ஒருவரையொருவர் காதலிப்பதையா?!" என்று நான் வியந்து கூவினேன்.

"ஓ, நாஸ்தென்கா, நாஸ்தென்கா!" என்று நான் என்னுள் கூறிக்கொண்டேன். "ஒரேயொரு சொல்லைக் கொண்டு நீ அளவின்றி எவ்வளவோ சொல்லிவிட்டாயே! இப்படிப் பட்ட காதல் இதயத்தை உறைய வைத்து ஆன்மாவை ஒடுங்கச் செய்துவிடுமே. உன்னுடைய கை ஜில்லிட்டுக் குளிர்ந்திருக்க என்னுடைய கை நெருப்புபோல சுடுகின்றதே. ஓ நாஸ்தென்கா, நீ ஏன் இப்படிப் பார்வை இழந்து போனாய்?.. இன்பத்திலே திளைப்பவர் சில நேரங்களில் எப்படிச் சகிக்க முடியாதவராகிவிடுகிறார்! ஆனால் உன் மீது எந்நாளும் நான் கோபம் கொள்ள முடியாது!"

முடிவில் என்னால் என் உள்ளத்து உணர்ச்சிகளைக் கட்டுப்படுத்த முடியவில்லை.

"நாஸ்தென்கா!" என்று கூவியழைத்தேன். "நேற்று இரவு முதலாக நான் என்னவெல்லாம் அனுபவித்துள்ளேன், தெரியுமா உங்களுக்கு?"

"தெரியாதே, சொல்லுங்கள், சீக்கிரமாகச் சொல்லுங்கள். இதுவரை ஏன் அதைச் சொல்லாமல் இருந்தீர்கள்?"

"நாஸ்தென்கா, முதலில், நீங்கள் கொடுத்த வேலைகளை எல்லாம் செய்து முடித்தபின், கடிதத்தைக் கொண்டு போய்ச் சேர்ப்பித்துவிட்டு, உங்களுக்குத் தெரிந்த அந்த நல்லவர்களிடமும்

சென்றபின்... அதன்பின் நான் என் அறைக்குத் திரும்பி வந்து தூங்கினேன்.''

“அவ்வளவுதானா?” என்று குறுக்கிட்டுக் கேட்டுவிட்டுச் சிரித்தாள் அவள்.

“ஆம், அனேகமாய் அவ்வளவுதான்.” நெஞ்சுக் குமுறலுக் கிடையே பதிலளித்தேன், ஏனெனில் அசட்டுக் கண்ணீர் என் கண்களில் நிறைந்துவிட்டது. “நாம் சந்திக்க வேண்டிய நேரத்துக்கு ஒரு மணி முன்னதாக விழித்துக்கொண்டேன். ஆனால் நான் தூங்கியதாகவே எனக்குத் தோன்றவில்லை. எனக்கு என்ன ஆயிற்று என்று தெரியவில்லை. அதை எல்லாம் உங்களிடம் சொல்லவேண்டுமென்று இங்கு வந்தேன். காலமே எனக்கு அப்படியே நின்றுவிட்டது போலத் தோன்றிற்று; அந்தக் கணம் முதலாக ஒரேயொரு உணர்ச்சி மட்டும்தான் என்றென்றும் எனக்குள் இருந்து கொண்டிருக்கும் என்றும், வாழ்வு அனைத்துமே எனக்கு அப்படியே சலனமற்று நின்றுவிட்டது போல அந்த ஒரு கணம் மட்டுமே சாசுவதமாய் நீடித்து நிலவும் என்றும் தோன்றிற்று - உங்களிடம் இதையெல்லாம் சொல்ல வேண்டுமென்று இருந்தேன். நான் விழித்துக் கொண்டபோது, நெடுங்காலத்துக்கு முன்பு கேட்ட ஒரு இசை, எங்கோ ஒரு முறை கேட்டுப் பிற்பாடு மறந்துவிட்ட இனிமையான ஒரு இசை எனக்கு நினைவுக்கு வருவதாக நினைத்தேன். இது வாழ்வெல்லாம் என் இதயத்துள் இருந்து வெடித்து வெளியே வரத் துடியாய்த் துடித்துக் கொண்டிருந்தது போலவும் முடிவில் இப்பொழுதுதான் இது...”

“அட தெய்வமே, என்ன இது?” என்று நாஸ்தென்கா இடைமறித்தாள். “நீங்கள் என்ன சொல்கிறீர்கள்? எனக்கு ஒன்றும் புரியவில்லையே!”

“ஆ, நாஸ்தென்கா! எப்படியாவது முயற்சி செய்து அதிவினோதமான இந்த உணர்ச்சியை உங்களுக்கு உணர்த்திக்காட்ட வேண்டுமென்று விரும்பினேன்...” என்று துயரம் தோய்ந்த குரலில் இம்மியளவே ஆயினும் நம்பிக்கையின் சிறு சுடர் ஒளிர்ந்த குரலில் நான் விளக்கிக்கூற முற்பட்டேன்.

“மேற்கொண்டு சொல்ல வேண்டாம், புரிகிறது!” என்றாள்; பொல்லாதவள், திடுமென யாவற்றையும் புரிந்துகொண்டு விட்டாள்.

உடனே அவள் வழக்கத்துக்கு மாறாக மளமளவென ஏதேதோ வேடிக்கையாகப் பேசவும் விளையாடவும் ஆரம்பித்தாள். என் கையைப் பிடித்துக்கொண்டு சிரித்தாள், அவளுடன் சேர்ந்து என்னையும் சிரிக்க வைக்க வேண்டுமென்று விரும்பினாள். குழப்பமடைந்துவிட்ட நான் இடையிடையே கூறிய ஒவ்வொரு சொல்லும் அவளை விழுந்து விழுந்து தொடர்ந்து மேலும் சிரிக்கவே செய்தது... எனக்குக் கோபம் வரத் தொடங்கியதும் திடுமென அவள் கொஞ்சிக் குலாவும் குரலில் பேச முற்பட்டாள்.

“இங்கே பாருங்கள்!” என்று அவள் ஆரம்பித்தாள். “நீங்கள் என்மீது காதல் கொள்ளாதிருப்பது குறித்து எனக்குக் கொஞ்சம் ஏமாற்றமாகத்தான் இருக்கிறது. பெண்ணின் இதயம் எப்படிப்பட்ட புதிர் என்பதை இதிலிருந்து தெரிந்து கொள்ளுங்கள்! ஐயா, பிடிவாதக்காரரே, எப்படியும் நீங்கள் என்னுடைய ஒளிவுமறைவற்ற வெகுளித்தனமான பேச்சுக்காக என்னைப் பாராட்டியே ஆகவேண்டும். எதையும் ஒளிக்காமல் யாவற்றையும் நான் உங்களிடம் சொல்லி வருகிறேன், எவ்வளவுதான் அசட்டுத்தனமாக இருப்பினும் என் தலையில் உதிக்கும் ஒவ்வொரு எண்ணத் தையும் உங்களுக்குத் தெரிவித்து வருகிறேன்!”

“அதைக் கேளுங்கள்! மணி பதினொன்று ஆகிவிட்டதா, என்ன?” என்றேன், தொலைவில் நகர மணிக்கூண்டிலிருந்து எழுந்த சந்தம் தவறாத மணி நாதத்தைக் கேட்ட நான். உடனே அவளுடைய சிரிப்பு நின்றுவிட்டது, திடுதிப்பென மௌனமாகிவிட்ட அவள் எத்தனை மணி அடிக்கிறதென்று எண்ண ஆரம்பித்தாள்.

“ஆம், பதினொன்றாகிவிட்டது” என்று அச்சமும் பதட்ட மும் தொனிக்கும் குரலில் முடிவில் மெதுவாகக் கூறினாள்.

அவளை மிரளச் செய்து மணி அடிப்பதை எண்ணும்படிச் செய்துவிட்டோமே என்று உடனே நான் வருத்தப்பட்டுக் கொண்டேன். திடுதிப்பெனக் கடுப்பு கொண்டு இப்படிச் செய்ததற்காக என்னை நான் சபித்துக்கொண்டேன். அவளுடைய நிலையைக் கண்டு சோகமடைந்தேன், நான் செய்த பாவத்துக்கு எப்படி மன்னிப்பு தேடுவதென்று எனக்குத் தெரியவில்லை. அவளுக்கு ஆறுதல் கூற முற்பட்டேன், அவர் வராததற்குத் தக்க காரணங்களைக் கண்டுபிடித்துச் சொல்லி அவர் வரத் தவறியது நியாயமே என்பதாய் நிரூபிக்க முயன்றேன். இதுபோன்ற ஒரு தருணத்தில் நாம் கூறுவதை நாஸ்தென்காவைப் போல அவ்வளவு

எளிதில் ஏற்றுக் கொண்டுவிடுகிறவர் வேறு யாரும் இருக்கமுடியாது. ஆம், இது போன்ற ஒரு தருணத்தில் எவரும் நாம் கூறக்கூடிய எந்தவிதமான ஆறுதலுக்கும் மகிழ்ச்சியுடன் செவி சாய்த்து, எவ்வளவு அற்பமான நொண்டிச் சாக்கு கிடைத்தாலும் உடனே மனதைத் தேற்றிக்கொண்டு ஆனந்தப்பட்டுக் கொள்வார்தான்.''

''நன்றாக இருக்கிறது இந்த வேடிக்கை'' என்று நான் மேலும் மேலும் ஆர்வமடைந்து வாதாடினேன், என்னுடைய வாதங்களின் அதிவிசேஷத் தெளிவை மெச்சிக்கொண்டேன்.

அவரால் வந்திருக்க முடியவே முடியாதே! நாஸ்தென்கா, நீங்கள் என்னை ஏமாறவைத்து அப்படிக் குழப்பி விட்டுவிட்டீர்கள், கால வரம்புகளை நான் குழப்படிச் செய்துவிட்டேன். கொஞ்சம் ஆலோசித்துப் பாருங்கள், உங்களுக்கே தெரியும்: கடிதம் அதற்குள் அவர் கைக்குக் கிடைத்திருப்பது துர்லபம்; அவரால் வர முடியவில்லை, பதில் கடிதம் எழுதுவதாய் வைத்துக்கொள்ளுங்கள், அந்தக் கடிதம் நாளைக்கு முன்னதாக உங்களுக்கு வந்து சேராதே! நாளைக்கு நான் எவ்வளவு சீக்கிரமாக முடியுமோ அவ்வளவு சீக்கிரம் போய் அதை எடுத்து வருகிறேன், உடனே உங்களுக்குத் தெரிவிக்கிறேன். எதிர் பாராதவிதமாக நடைபெறக்கூடிய ஆயிரக்கணக்கான சம்பவங்களை நினைத்துப் பாருங்கள்: உங்கள் கடிதம் போய்ச் சேர்ந்தபோது அவர் வீட்டில் இல்லாமல் இருந்திருக்கலாம், இன்னும் அவர் அதைப் படித்துக்கூட பார்க்காமல் இருக்கலாம்! இன்னும் ஏதேதோ நடந்திருக் கலாம்.''

''ஆம், ஆம்!'' என்று நாஸ்தென்கா பதிலளித்தாள். ''நான் நினைத்தே பார்க்கவில்லை, ஏதேதோ நடை பெற்றிருக்கலாம்தான்'' என்று இணக்கமும் இசைவும் தெரிவிக்கும் இதமான குரலில் சொன்னாள், ஆயினும் தெளிவற்ற எதிர்மறை எண்ணம் ஒன்றின் சந்தேகத் தொனி அவள் குரலை மாசுபடுத்திற்று. ''நீங்கள் செய்ய வேண்டியது இதுதான்'' என்றாள். ''நாளைக்கு எவ்வளவு சீக்கிரமாகப் போக முடியுமோ அவ்வளவு சீக்கிரம் சென்று, பதில் கடிதம் இருக்குமாயின் உடனே எனக்குத் தெரிவிக்க வேண்டும். நான் வசிக்கும் இடம் உங்களுக்குத் தெரியும் அல்லவா?'' அவளுடைய முகவரியைத் திரும்பவும் என்னிடம் சொன்னாள்.

பிறகு திடுமென என்பால் அளவிலாக் கனிவும் பரிவும் கொண்டவளாக நடந்துகொண்டாள். நான் அவளிடம் கூறியதை எல்லாம் கூர்ந்து கவனமாய்க் கேட்பது போலக்

கேட்டுக்கொண்டிருந்தாள், ஆனால் நேரடியாக நான் ஒரு கேள்வி கேட்டதும் அவள் பதில் சொல்லவில்லை, கலவரமடைந்து முகத்தை என் பக்கத்திலிருந்து திருப்பிக் கொண்டுவிட்டாள். நான் அவள் கண்களினுள் எட்டிப் பார்த்தேன் - ஆம், நான் நினைத்தது சரிதான், அவள் அழுது கொண்டிருந்தாள்.

"அட பாவமே! நீங்கள் அழலாமா? பச்சைக் குழந்தையாய் இருக்கிறீர்களே!.. அழாதீர்கள்!"

அவள் தன்னைக் கட்டுப்படுத்திக் கொள்வதற்கு, சிரிப்பதற்கு முயன்றாள், ஆனால் அவளுடைய முகவாய் அதிர்ந்து கொண்டு தான் இருந்தது, அவளுடைய நெஞ்சு இன்னும் விக்கியெழுந்துகொண்டு தான் இருந்தது.

சற்றுநேரம் மௌனமாய் இருந்தபின், "நான் உங்களைப் பற்றி தான் நினைத்துக் கொண்டிருக்கிறேன்" என்றாள். "நீங்கள் அவ்வளவு நல்லவராக இருக்கிறீர்கள், என் மனம் கல்லாக இருந்தால் தான் இதை நான் உணராதிருக்க முடியும்... இப்பொழுது என் மனத்தில் தோன்றிய எண்ணம் என்ன தெரியுமா? உங்கள் இருவரையும் நான் ஒப்பிட்டுப் பார்த்துக்கொண்டிருந்தேன். ஏன் அவர் உங்களைப் போல் இல்லை? அவரையே அதிகம் விரும்புகிறேன் என்றாலும் நீங்கள் அவரைக் காட்டிலும் நல்லவராக இருக்கிறீர்கள்."

நான் பதில் சொல்லாமல் வாயை மூடிக் கொண்டிருந்தேன். ஏதாவது சொல்வேன் என்று எதிர்பார்ப்பதைப் போல அவள் காத்திருந்தாள்.

"இன்னமும் அவரை நான் சரிவர புரிந்து கொள்ளவில்லை, போதிய அளவுக்கு அவரைத் தெரிந்து கொள்ளவில்லை என்பதாகவே கருதவேண்டியிருக்கிறது. எப்பொழுதுமே அவரிடம் எனக்குக் கொஞ்சம் பயமாகத்தான் இருக்கும், எப்பொழுதும் அவர் அப்படி அச்சம் தருகிறவராகவும் ஒரு மாதிரி விறைப்பாகவும்தான் இருப்பார். ஆனால் எனக்குத் தெரியும், அது வெறும் வெளித்தோற்றம்தான்; உண்மையில் அவர் உள்ளம் தங்கமானது, என்னைக் காட்டிலும் அவர் எளிதில் மனம் உருகிவிடுவார். மூட்டையைக் கட்டிக்கொண்டு முன்பு நான் அவரிடம் போய்ச் சேர்ந்தபோது என்னை அவர் பார்த்தாரே அந்தப் பார்வை என் நினைவுக்கு வருகிறது. இருந்தபோதிலும் நான் அவரிடம் மட்டுமீறிய மரியாதை செலுத்துகிறவளாக இருக்கிறேன், நாங்கள்

இருவரும் சரிசமமானவர்களாக இல்லை என்பதைத்தானே இது காட்டுகிறது?"

"இல்லை, நாஸ்தென்கா, இல்லை!" என்று நான் பதிலளித்தேன். "அவரை நீங்கள் அப்படி மட்டுமீறிக் காதலிக்கிறீர்கள், உலகில் வேறு எதையும் விட, உங்களையும் விடக்கூட, அவரிடம் அவ்வளவு அதிக ஆசையும் பாசமும் கொண்டிருக்கிறீர்கள் என்பதைத்தான் காட்டுகிறது."

"ஆம், அப்படித்தான் இருக்கும்" என்று ஒத்துக்கொண்டாள் அந்தப் பேதைப் பெண். "இப்பொழுது என் மனதில் தோன்றிய எண்ணத்தைச் சொல்லட்டுமா? ஆனால் இப்பொழுது நான் சொல்லப்போவது அவரைப் பற்றியது அல்ல. பொதுவில் பேசுகிறேன்: இந்த எண்ணம் நீண்ட காலமாக என் மனதில் இருந்து வந்திருக்கிறது. நாம் எல்லோரும் ஏன் உடன்பிறந்தோர் மாதிரி நடந்துகொள்வதில்லை? மிகச் சிறந்தோருங்கூட எதையோ வெளியே தெரியாதபடி மறைத்துக் கொள்ள விரும்புவதுபோல, ஏனையோருக்குத் தெரியாதபடி இரகசியமாக வைத்துக்கொள்ள நினைப்பதுபோல நடந்துகொள்கிறார்களே, ஏன் அது? மனதில் இருப்பது மெய்யாகவே நாம் விரும்புவதுதான் என்பது தெரியுமாயின், வெளிப்படையாகவே அதைச் சொன்னால் என்னவாம்? பிறகு ஏன் ஒவ்வொருவரும் உண்மையில் தாம் இருப்பதைக் காட்டிலும் உக்கிரமானவராய்க் காட்டிக்கொள்ள முயல வேண்டும்? தமது உள்ளத்து உணர்ச்சிகளை விரைவில் வெளிப்படுத்திவிட்டால் தம் உணர்ச்சிகளைப் பழிப்பதாகி விடுமென்று அஞ்சுவதுபோல நடந்துகொள்ள ஏன் முயல வேண்டும்?"

"ஆமாம், நாஸ்தென்கா! நீங்கள் சொல்வது மெய்தான், ஆனால் வெவ்வேறான பல காரணங்களை முன்னிட்டுதான் அப்படிச் செய்கிறார்கள்" என்று கூறி நான் முன்னிலும் கடுமையாக என் உணர்ச்சிகளை அடக்கிக்கொண்டேன்.

"இல்லை, இல்லை" என்று அவள் உணர்ச்சி வயப்பட்டவளாகக் கூறினாள். "எல்லோரும் அப்படி இல்லை, உதாரணமாக நீங்கள் அப்படி இல்லை! என் மனதில் இருப்பதைத் தெளிவாக எப்படிச் சொல்வதென்று தெரிய வில்லை. எனக்குத் தோன்றுகிறது, உதாரணமாய் நீங்கள் இப்பொழுது... நீங்கள் எனக்காக வேண்டி எதையோ தியாகம் செய்கிறீர்கள் என்பதாக எனக்குத் தோன்றுகிறது"

என்று பார்வையை என் பக்கம் திருப்பி கணப்பொழுதுக்கு என்னை நோக்கியவாறு மெல்லக் கூறினாள். “இதை உங்களிடம் சொல்வதற்காக நீங்கள் என்னை மன்னிக்கவேண்டும். நான் அதிகம் தெரியாதவள், உலகில் இன்னமும் மிகப் பலவற்றையும் அறியாதவள்; சிலநேரங்களில் எப்படிப் பேசுவது என்றுகூட தெரியாது எனக்கு” என்றாள். அவள் புன்னகை புரிந்து வெளியே தெரியாதபடி தன்னுள் மறைத்துக்கொள்ள முயன்ற ஏதோ ஓர் உணர்ச்சியின் காரணமாக அவளுடைய குரல் நடுங்கிற்று. “உங்களுக்கு நான் ஆழ்ந்த நன்றி செலுத்து கிறேன் என்பதையும், இவற்றை எல்லாம் என்னாலும் உணர முடிகிறது என்பதையும்தான் உங்களிடம் கூற விரும்பினேன்... இதற்காகக் கடவுள் உங்களுக்குக் குறைவற்ற இன்பம் கிட்டச் செய்வாராக! உங்களுடைய கனவுலகவாசி குறித்து நீங்கள் அன்று சொன்னீர்களே அதெல்லாம் உண்மையல்ல, அதாவது உங்களுக்கு உண்மையில் நிகழ்ந்ததல்ல என்று கூற விரும்புகிறேன். நீங்கள் நல்லபடி ஆகி வருகிறீர்கள், உங்களைப்பற்றி நீங்கள் கூறிக்கொண்டதிலிருந்து உண்மையில் நீங்கள் முற்றிலும் மாறானவர். என்றாவது உங்களுக்கு உரியவளை நீங்கள் சந்திப்பீர்கள், அவளுடன் உங்களுக்குக் கடவுள் எல்லா இன்பமும் கிட்டச் செய்வாராக! அவளுக்கு நான் வாழ்த்துரைக்கத் தேவையில்லை, ஏனெனில் நிச்சயம் அவள் உங்களுடன் இனிது வாழ்ந்து எல்லா இன்பமும் பெறுவாள். அது எனக்குத் தெரியும், பெண்ணாகிய நான் அதை அறிவேன், நான் சொல்வதை நீங்கள் நம்ப வேண்டும்...”

அவள் மௌனமாகி என் கையை ஆர்வமுடன் அழுத்திப் பிடித்துக்கொண்டாள். உணர்ச்சி வயப்பட்டுவிட்ட என்னாலும் ஒன்றும் பேச முடியவில்லை. இப்படிச் சில நிமிடங்கள் கழிந்தன.

“இன்று அவர் வரப் போவதில்லை, தெளிவாகத் தெரிகிறது” என்று தலையை உயர்த்தியவாறு முடிவாகக் கூறினாள். "நேரமாகிவிட்டது!..”

“நாளைக்கு நிச்சயம் வருவார்” என்றேன் நான், நம்பிக்கை தரும் உறுதியான குரலில்.

“ஆம்” என்று சொல்லி உற்சாகம் அடைந்தாள் அவள். “இப்பொழுது எனக்கும் தெளிவாகத் தெரிகிறது - நாளைக்குத் தான் அவரால் வர முடியும். சரி, போய் வருகிறேன்! நாளைக்குச் சந்திப்போம். மழை பெய்தால் நான் வருவது சந்தேகம்தான்.

ஆனால் நாளை மறுநாள், என்ன ஆனாலும் நிச்சயம் வருவேன், நீங்களும் தவறாமல் வந்துவிடுங்கள். அவசியம் உங்களைப் பார்க்கவேண்டும், யாவற்றையும் உங்களுக்குச் சொல்வேன்.''

நாங்கள் விடைபெற்றுக் கொள்கையில் அவள் எனக்குக் கை கொடுத்துத் தயக்கம் சிறிதுமின்றி என்னை உற்று நோக்கியவாறு கூறினாள்:

“இனி எப்பொழுதும் நாம் இணைபிரியமாட்டோம், இல்லையா?''

நாஸ்தென்கா, நாஸ்தென்கா! இப்பொழுது நான் எப்படித் தன்னந்தனியனாக விடப்பட்டுள்ளேன் என்பது உனக்குத் தெரியவில்லையே!

மணி ஒன்பது அடித்ததும் அறையில் தங்க எனக்கு மனம் ஒப்பவில்லை. உடுத்திக்கொண்டு மழையைப் பொருட்படுத்தாமலே புறப்பட்டேன். அங்கே சென்று எங்களுடைய பெஞ்சின் மீது உட்கார்ந்தேன். பிறகு அவளுடைய சந்துக்குள் சென்றேன். ஆனால் வெட்கப்பட்டுக் கொண்டு அவளுடைய வீட்டின் சன்னல்களைப் பார்க்காமலே திரும்பி வந்துவிட்டேன், அவளுடைய வீட்டை அடையுமுன்பே திரும்பிவிட்டேன். இதன் முன் என்றுமே இல்லாதபடி துயரார்ந்த நிலையில் என் அறைக்குத் திரும்பினேன். மழையும் மந்தாரமுமான சோபையற்ற நாள்! வானம் இப்படி இல்லாதிருந்தால் இரவு முழுதும் அங்கே சுற்றியலைந்திருப்பேன்...

நாளை வரைக் காத்திருப்போம்! நாளைக்கு அவள் யாவற்றையும் எனக்குச் சொல்வாள்.

இன்று கடிதம் எதுவும் இல்லை. எதுவும் இருக்க முடியாதே. இருவரும் இப்பொழுது ஒன்று சேர்ந்துவிட்டார்களே...

நான்காவது இரவு

தெய்வமே, இவை யாவும் முடிந்த விதத்தை என்னென்பது! எப்படிப்பட்ட முடிவு!

ஒன்பது மணிக்கு நான் போய்ச் சேர்ந்தேன். அதற்கு முன்பே அவள் அங்கே இருந்தாள். சற்றுத் தொலைவில் வரும்போதே அங்கு அவள் இருப்பதைக் கண்ணுற்றேன். முதல் இரவு போலவே ஆற்றங்கரையின் கிராதி மீது சாய்ந்து குனிந்து பார்த்தபடி நின்றுகொண்டிருந்தாள். நான் வந்ததை அவள் கவனிக்கவில்லை.

"நாஸ்தென்கா!" என்னுடைய பரபரப்பு வெளியே தெரியாதபடி பெருமுயற்சி செய்து மறைத்துக்கொண்டு நான் அவளைக் கூப்பிட்டேன்.

உடனே அவள் வேகமாகத் திரும்பிப் பார்த்தாள்.

"என்னிடம் கொடுங்கள்! சீக்கிரம் கொடுங்கள்!" என்றாள்.

நான் திகைப்புடன் அவளைப் பார்த்தபடி நின்றேன்.

"கடிதம் எங்கே? கடிதம் கொண்டு வரவில்லையா?" என்று ஒரு கையால் கிராதியைப் பிடித்து அழுத்திக்கொண்டு அவள் திரும்பவும் கேட்டாள்.

“கடிதம் எதுவும் இல்லையே” என்றேன் நான். “இன்னும் நீங்கள் அவரைப் பார்க்கவில்லையா” என்று கேட்டேன்.

அவள் முகம் வெள்ளை வெளேரென வெளுத்துப் போய் விட்டது, நெடுநேரம் என்னை வெறிக்கப் பார்த்துக் கொண்டிருந்தாள். அவள் உள்ளத்தில் எஞ்சியிருந்த கடைசி நம்பிக்கையையும் நான் தகர்த்துவிட்டேன்.

“சரி, அவர் கிடக்கட்டும் விடுங்கள்!” என்று முடிவில் அவள் தவிப்பு தொனிக்கும் கரகரப்பான குரலில் சொன்னாள். “என்னை இப்படி நிர்கதியில் விட விரும்புகிறவரை விட்டு விடுங்கள்!”

பார்வையைக் கவிழ்த்துக்கொண்டு நின்ற அவள், கண்களை உயர்த்தி என்னைப் பார்க்க விரும்பினாள், ஆனால் முடியவில்லை. தன்னுள் குமுறியெழுந்த துயரத்தை அடக்கிக்கொள்ள மேலும் சில நிமிடங்கள் முயன்று பார்த்துவிட்டு முடிவில் வெடுக்கென எதிர்ப்பக்கம் திரும்பி கிராதியில் கவிழ்ந்துகொண்டு அழுதாள்.

“அழாதீர்கள், அழாதீர்கள்!” என்று நான் ஏதோ சொல்ல முற்பட்டேன், ஆனால் அவளுடைய நிலையைப் பார்த்துக் கொண்டிருந்த என்னால் அதற்குமேல் பேச முடியவில்லை. பேசுவதற்குத்தான் என்ன இருந்தது?

“எனக்கு ஆறுதல் எதுவும் சொல்லவேண்டாம்” என்றாள் அவள், கண்ணீருக்கு இடையில். “அவரைப் பற்றி என்னிடம் பேச வேண்டாம், அவர் என்னிடம் வருவார் என்று சொல்ல வேண்டாம், கொடுமையிலும் கொடுமையாய் நெஞ்சில் ஈரமின்றி என்னை அவர் நடுத்தெருவில் விட்டுவிட்டுப் போகவில்லை என்று சொல்லவேண்டாம். ஆனால் ஏன் இப்படிச் செய்கிறார்? ஏன் அது? அந்தக் கடிதத்தில், என்னுடைய அந்த அவலக் கடிதத்தில் அப்படி ஒன்றும் நான் எழுதிவிடவில்லையே...”

விம்மல் அவள் தொண்டையை அடைத்துவிட்டது; அவளைப் பார்த்துக்கொண்டிருந்த எனக்கு நெஞ்சு வெடித்துவிடும் போலிருந்தது.

“எவ்வளவு கொடுமையானவன், இரக்கமற்றவன்!” என்று மீண்டும் பேசத்தொடங்கினாள். “ஒரு வரிகூட, ஒரேயொரு வரிகூட எழுதாமல் இருக்கிறாரே! இனி நான் அவருக்கு வேண்டியதில்லை, என்னை அவர் கைவிட்டுவிடுகிறார் என்றாவது எழுதியிருக்கலாமே, மூன்று நாட்களாகியும் ஒரு வரிகூட இல்லையே! பரிதாபத்துக்குரிய

பெண், திக்கற்றவள், அவர்மீது காதல் கொண்டுவிட்டாள் என்பதன்றி வேறு எந்தப் பாவமும் புரியாதவள், அவளைப் போய் எவ்வளவு சுலபமாய்க் கேவலப்படுத்திக் கொடுமைப்படுத்துகிறார்! இந்த மூன்று நாட்களாக நான் பட்ட துன்பத்துக்கு அளவு உண்டா? என் தெய்வமே, எனக்கு ஏன் இந்தத் தண்டனை! நான் அல்லவா முதன் முதல் அவரிடம் சென்றேன், அவரிடம் மண்டியிட்டு என்னைத் தாழ்த்திக்கொண்டேன், அவருடைய காதல் கடுகளவாவது கிடைக்காதா என்று அழுது கண்ணீர் வடித்தேன், அவரைக் கெஞ்சினேன் - இதை நினைக்கையில் எப்படி இருக்கிறது எனக்கு! இதற்கெல்லாம் பிற்பாடு இப்படியா ஆக வேண்டும்!.. நான் சொல்கிறேன் கேளுங்கள்" என்று என் பக்கம் திரும்பினாள், அவளுடைய கரிய கண்கள் பளிச்சிட்டுப் பிரகாசித்தன. "அப்படி இருக்காது! அப்படி இருக்கமுடியாது! இது இயற்கைக்கு முரணானது! நம்மில் யாரோ ஒருவர், நீங்களோ நானோ, தவறிழைத்திருக்கிறோம். இன்னும் என் கடிதம் அவருக்குக் கிடைக்கவில்லையோ? இன்னும் ஏதும் அறியாதவராகவே இருக்கிறாரோ? கடிதம் கிடைத்திருந்தால் ஏன் இப்படிச் செய்கிறார்? உங்களுக்குப் புண்ணியம் உண்டு, நீங்கள் சொல்லுங்கள், என்ன நினைக்கிறீர்கள் விளக்கமாகச் சொல்லுங்கள், ஏனெனில் என்னால் புரிந்து கொள்ள முடியவில்லை - என்னிடம் அவர் நடந்து கொள்வதைப் போல இவ்வளவு கொடுமையாக, இப்படி ஈவிரக்கமின்றி யாராலும் நடந்துகொள்ள முடியுமா? ஒரு வார்த்தை கூட பதில் இல்லையே! நாயினும் கேடான பிறவிக்குங்கூட இன்னும் அதிக இரக்கம் காட்டப்படுமே. ஒருவேளை என்னைப் பற்றி இல்லாததும் பொல்லாததுமாய் ஏதாவது கேள்விப்பட்டிருப்பாரோ, யாராவது என்னைப் பற்றி அவரிடம் கதை கட்டி விட்டிருக்கலாம் அல்லவா?" என்று என் பக்கம் திரும்பி என்னைக் கேட்டாள்: "நீங்கள் என்ன நினைக்கிறீர்கள்?"

"இதோ பாருங்கள், நாஸ்தென்கா! நாளைக்கு நான் அவரிடம் போய் உங்கள் சார்பில் பேசுகிறேன்."

"அப்புறம்?"

"யாவற்றையும் பற்றி அவரிடம் விசாரிப்பேன். யாவற்றையும் அவரிடம் சொல்வேன்."

"அப்புறம் என்ன நடக்கும்?"

“நீங்கள் அவருக்குக் கடிதம் எழுதுவீர்கள். மாட்டேன் என்று சொல்லவேண்டாம், நாஸ்தென்கா, நீங்கள் அப்படிச் சொல்லக்கூடாது! நீங்கள் காட்டும் இந்தத் தயவை அவர் மதித்து நடக்கும்படிச் செய்வேன் நான். யாவற்றையும் அவர் தெரிந்து கொள்வார், வேண்டுமானால்...”

“வேண்டாம், என் நண்பரே, வேண்டாம்” என்று அவள் இடைமறித்தாள். “போதும்! இனி நான் ஒரு வார்த்தை கூட எழுதமாட்டேன் - எழுதியது போதும்! அவரை எனக்குத் தெரியாது, இனி அவர்மீது எனக்குக் காதலும் இல்லை, அவரை நான் மறந்துவிடுவேன்...” அதற்குமேல் பேசமுடியவில்லை அவளால்.

“நீங்கள் வருந்தக்கூடாது, அமைதி இழக்கக்கூடாது! நாஸ்தென்கா, இப்படி வந்து உட்காருங்கள்!” என்று சொல்லிப் பெஞ்சு அருகே அவளை அழைத்துச் சென்றேன்.

“நான் அமைதியாகத்தான் இருக்கிறேன். கவலைப்படாதீர்கள், ஒன்றும் ஆகிவிடாது எனக்கு. வெறும் கண்ணீர், இது காய்ந்து விடும். என் வாழ்க்கைக்கு முடிவு கட்டிக்கொண்டு விடுவேன், ஆற்றிலே குதித்துவிடுவேன் என்றா நினைத் தீர்கள்?..”

எனக்கு நெஞ்சு பொறுக்கவில்லை. என்னமோ சொல்ல விரும்பினேன், ஆனால் முடியவில்லை, வாய் அடைத்துப் போய்விட்டது.

“நீங்கள் சொல்லுங்கள்” என்று என் கையைப் பிடித்துக் கொண்டு தொடர்ந்து பேசினாள். “நீங்களாக இருந்தால் இப்படிச் செய்திருக்கமாட்டீர்கள் அல்லவா? தானாகவே உங்களிடம் வந்தவளை நீங்கள் நடுத் தெருவிலே விட்டுச் சென்றிருக்க மாட்டீர்கள், அசட்டுப் பெண் உள்ளத்தைப் பறிகொடுத்துவிட்டாள் என்று ஆணவமாக அவளை நீங்கள் இகழ்ச்சி செய்திருக்கமாட்டீர்கள் அல்லவா? அவளை நீங்கள் பேணிப் பாதுகாத்திருப்பீர்கள் இல்லையா? தன்னந்தனியே இருந்தவள், இதெல்லாம் எப்படி ஆரம்பித்தது என்று தெரியாதவள், உங்கள் பால் இருந்த காதலிலிருந்து தன்னைத் தற்காத்துக் கொள்ள அறியாதவள், எந்தத் தவறும் செய்யாதவள், குற்றமற்றவள் என்பதை உணர்ந்து கொண்டிருப்பீர்கள் அல்லவா... தெய்வமே, என் தெய்வமே!..”

நான் இதற்கு மேலும் என் உணர்ச்சிகளை அடக்கிக் கொள்ளமுடியாதவனாகி “நாஸ்தென்கா!” என்று கூவினேன்.

“நாஸ்தென்கா! நீங்கள் என்னைச் சித்திரவதை செய்கிறீர்கள்! என் இதயத்தைத் திக்குமுக்காடச் செய்கிறீர்கள், என்னைச் சாகடிக்கிறீர்கள், நாஸ்தென்கா! என்னால் வாயை மூடிக்கொண்டு இருக்க முடியவில்லை! நான் பேசியே ஆக வேண்டும், என் இதயத்தில் பொங்கி யெழுவது அனைத்தையும் மறைக்காமல் இனி உங்களுக்குச் சொல்லியே ஆக வேண்டும்!”

இதைச் சொல்லியவாறு நான் பெஞ்சிலிருந்து எழுந்தேன். அவள் என் கையைப் பிடித்துக் கொண்டு வியப்புடன் என்னை உற்று நோக்கினாள்.

“என்ன ஆயிற்று உங்களுக்கு?” என்றாள் முடிவில்.

“நான் சொல்வதைக் கேளுங்கள்!” என்று நான் தீர்மானமாகச் சொன்னேன். “நாஸ்தென்கா! நான் சொல்வதைக் கேளுங்கள்! இப்பொழுது நான் உங்களிடம் சொல்லப்போவது நடைபெற முடியாத ஒன்றுதான், அசட்டுக் கனவுதான், முற்றிலும் பொருளற்றதுதான். எந்நாளும் அது நனவாக முடியாது என்பது தெரியும் எனக்கு, இருப்பினும் இப்பொழுது என்னால் அதைச் சொல்லாமல் மௌனமாய் இருக்கமுடியவில்லை. உங்களை இப்பொழுது எது வருத்தி வதைக்கின்றதோ அதன் பெயரில் மன்றாடிக் கேட்டுக்கொள்கிறேன், முன்கூட்டியே என்னை மன்னிக்கும்படிக் கேட்டுக்கொள்கிறேன்...”

“அது என்ன சொல்லுங்கள்!” என்றாள். அழுகை அறவே நின்றுபோய் விந்தையும் வியப்புமான வினோத ஒளி பளிச்சிட்ட அவளுடைய கண்கள் என்னைப் பார்த்தபடி குத்திட்டு நின்றன. “என்ன ஆயிற்று? சொல்லுங்கள் அதை”

“இது நடைபெறக் கூடியதல்ல, தெரியும் எனக்கு; ஆனாலும் நான் உங்களைக் காதலிக்கிறேன், நாஸ்தென்கா! ஆம், அதுதான் உண்மை! யாவற்றையும் இப்பொழுது உங்களுக்குத் தெரிவித்துவிட்டேன்!” என்று கையை விரித்தவாறு கூறினேன். “இதுகாறும் என்னுடன் பேசியது போல நீங்கள் இனியும் என்னுடன் பேசலாமா, மற்றும் இப்பொழுது நான் உங்களுக்குச் சொல்லப்போவதைக் காது கொடுத்துக் கேட்கலாமா என்று நீங்களே முடிவு செய்துகொள்ளுங்கள்...”

“அதனால் என்ன?” என்று என்னை இடைமறித்தாள் நாஸ்தென்கா. “உங்களுக்கு என்னிடம் அதிகமான பாசம் உண்டென்பது எனக்குத்

தெரிந்ததுதான், ஆனால் அது வேறுவிதமானது, இப்படிப்பட்டதல்ல என்பதாக நினைத்துக்கொண்டு விட்டேன். அட தெய்வமே!.."

"முதலில் அப்படித்தான், வேறுவிதமானதாய்த்தான் இருந்தது. ஆனால் இப்பொழுது நாஸ்தென்கா!.. முன்பு நீங்கள் மூட்டையைத் தூக்கிக்கொண்டு அவரிடம் போனபோது உங்களுக்கு எப்படி இருந்ததோ அதேபோலத் தான் எனக்கு இப்பொழுது இருக்கிறது. நாஸ்தென்கா, என்னுடைய நிலை இன்னுங்கூட மோசமானது, ஏனென் றால் அவர் வேறு யாரையும் காதலிக்கவில்லை, ஆனால் நீங்கள் வேறொருவரைக் காதலிக்கிறீர்கள்."

"என்ன சொல்கிறீர்கள்? எனக்கு ஒன்றும் புரியவில்லையே, ஆனால் இதைக் கேளுங்கள் நீங்கள். ஏன் இப்படி... இல்லை... இல்லை... இப்படி இல்லை... எதனால் நீங்கள், ஏன் நீங்கள்... இப்படித் திடுமென... அடக் கடவுளே! நான் உளறுகிறேன்! நீங்கள் ஏன்..."

நாஸ்தென்கா முற்றிலும் குழம்பிப் போய்விட்டாள். அவள் கன்னங்கள் செக்கச் சிவந்துவிட்டன. பார்வையைக் கவிழ்த்துக் கொண்டுவிட்டாள்.

"ஆனால் நான் என்ன செய்வேன்; நாஸ்தென்கா, என்ன செய்வேன்? தவறிழைத்துவிட்டேன், உங்களுடைய நிலைமையைத் தகாத வழியில் பயன்படுத்திக் கொண்டு விட்டேன்... இல்லை, இல்லை, நான் தவறிழைக்கவில்லை, நாஸ்தென்கா; எனக்குத் தெரிகிறது, நான் அதை உணருகிறேன், ஏனெனில் நான் நேர்வழியில் தான் நடந்துகொண்டேன் என்று என் மனம் எனக்குச் சொல்கிறது, ஏனெனில் உங்களுக்குத் தீங்கிழைக்கவோ, உங்களை அவமதிக்கவோ ஒருபோதும் சகியாதவன் நான்! உங்களது நண்பனாகவே இருந்தேன், இப்பொழுதும் உங்களது நண்பனாகவே இருக்கிறேன், எவ்விதத்திலும் நான் நம்பிக்கை துரோகம் செய்துவிடவில்லை. நாஸ்தென்கா, என் கன்னங்களில் கண்ணீர் வழிந்தோடுவதைப் பாருங்கள். ஓடட்டும் அது, ஓடட்டும் - அதனால் தீங்கு ஏதும் இல்லை. அது காய்ந்துவிடும், நாஸ்தென்கா..."

"உட்காருங்கள், உட்காருங்கள்" என்று அவள் என்னைப் பிடித்துத் தன்னருகே இழுத்தாள். "அட தெய்வமே!" என்று கூவினாள்.

“வேண்டாம்! நாஸ்தென்கா, நான் உட்காரமாட்டேன். இனி நான் இங்கே இருக்கக்கூடாது, என்னை நீங்கள் இனி பார்க்கக்கூடாது. யாவற்றையும் சொல்லிவிட்டு இங்கிருந்து போய்விடுவேன். நான் காதலிக்கிறேன் என்பது உங்களுக்குத் தெரியக்கூடாதென்று தான் இருந்தேன். என் இரகசியத்தை நான் வெளியிட்டிருக்க மாட்டேன். இது போன்ற ஒரு தருணத்தில் எனது தன்னலத்தால் உங்களைத் துன்புறுத்த ஒருபோதும் நினைத்திருக்கமாட்டேன். ஆனால் என்னால் சகிக்க முடியவில்லை; நீங்கள் தான் இது பற்றிப் பேச்செடுத்தீர்கள், தவறு உங்களுடையது; உங்களைத்தான் குறை சொல்ல வேண்டுமே ஒழிய என்னை அல்ல. நீங்கள் என்னை விலகிப் போகச் சொல்லக்கூடாது...”

“இல்லையே, நான் உங்களை விலகிப் போகச் சொல்ல வில்லையே, இல்லையே!” என்றாள் நாஸ்தென்கா, பாவம், தனக்கு ஏற்பட்ட குழப்பத்தை மறைத்துக்கொள்ள அவள் முடிந்தமட்டும் முயற்சி செய்தாள்.

“நீங்கள் என்னை விலகிப்போகச் சொல்லவில்லையா? இல்லையா! ஆனால் நான் உங்களிடமிருந்து ஓடத்தான் போகிறேன். போகவே போகிறேன், ஆனால் போகுமுன் யாவற்றையும் உங்களிடம் சொல்லிவிடுகிறேன். இங்கு நீங்கள் என்னிடம் சொன்னதைக் கேட்டபோது என்னால் பொறுக்க முடியவில்லை. நீங்கள் அழுதபோதும், உள்ளம் ஒடிந்துபோய் வருத்தப்பட்டபோதும், நீங்கள், ஆம்... நீங்கள் (இதைக் குறிப்பிடுவதற்காக என்னை மன்னிக்கவேண்டும்) நடுத்தெருவிலே விடப்படுவதாய், உங்களது காதல் இகழ்ச்சிக்குரியதெனக் கருதப்படுவதாய் நினைத்து வேதனைப்பட்டபோதும், உங்கள் மீது என் இதயத்தில் அத்தனை காதல் நிரம்பி வழிகிறதே என்று நினைத்துக்கொண்டேன்! ஆம், நாஸ்தென்கா, அத்தனைக் காதல்!.. ஆனால் அந்தக் காதலைக் கொண்டு உங்களுக்கு நான் உதவ முடியவில்லையே என்று நெஞ்சு பதறினேன்... என் இதயமே வெடித்துவிடும் போலிருந்தது. என்னால் மௌனமாக இருக்க முடியவில்லை, நாஸ்தென்கா, நான் பேச வேண்டியதாகிவிட்டது!..”

“நீங்கள் பேசுங்கள், இதைப் போல நன்றாகப் பேசுங்கள்!” என்று விவரிக்க முடியாத கனிவுடன் நாஸ்தென்கா கூறினாள். “நான் இப்படிச் சொல்வதைக் கேட்பதற்கு உங்களுக்கு விபரீதமாய் இருக்கலாம்... ஆனால் நீங்கள் பேசுங்கள், நன்றாய்ப் பேசுங்கள்! பிற்பாடு உங்களுக்குச் சொல்கிறேன்! யாவற்றையும் சொல்கிறேன்!”

"நாஸ்தென்கா, நீங்கள் என் நிலையைப் பார்த்து இரக்கப் படுகிறீர்கள்! எனது அருமை நாஸ்தென்கா, நீங்கள் பரிதாபப்படுகிறீர்கள்! ஆம், செய்தது செய்ததுதான், சொன்னது சொன்னது தான்! இனி ஒன்றும் செய்வதற் கில்லை. இப்பொழுது நீங்கள் யாவற்றையும் தெரிந்து கொண்டுவிட்டீர்கள். ஆகவே இதையே துவக்க நிலையாகக் கொண்டு பேசலாம். நல்லது, இப்பொழுது யாவும் இனிதே அமைந்துவிட்டது! மேலும் சொல்ல வேண்டியதைச் சொல்லிவிடுகிறேன், கேளுங்கள். அங்கே உட்கார்ந்துகொண்டு நீங்கள் அழுதபோது நான் நினைத்துக்கொண்டேன் (என்ன நினைத்தேன் என்பதைச் சொல்ல நீங்கள் அனுமதிக்க வேண்டும்), நான் நினைத்துக்கொண்டேன் (ஆனால் நாஸ்தென்கா, ஒருபோதும் அது நடைபெற முடியாததுதான்), நான் நினைத்துக் கொண்டேன்... எப்படியோ உங்களுக்கு முன்பு போல அவர்மீது காதல் இல்லை என்று நினைத்தேன். பிறகு நான் - நாஸ்தென்கா, இது பற்றி நேற்று இரவும், நேற்றுக்கு முந்திய இரவும் சிந்தித்துக்கொண்டிருந்தேன் - நான் ஏதோ செய்யப்போவதாக, என்மீது உங்களுக்குக் காதல் ஏற்படும்படி நிச்சயமாக ஏதோ செய்யப்போவதாக நினைத்தேன். நீங்கள் என்னிடம் சொன்னீர்கள், நாஸ்தென்கா, நீங்களே தான் சொன்னீர்கள், நீங்கள் என்னைக் காதலிக்கும் அளவுக்கு வந்துவிட்டதாகச் சொன்னீர்கள். ஆம், வேறு நான் சொல்ல விரும்பியது என்ன? யாவற்றையும் சொல்லிவிட்டேன் என்றுதான் நினைக்கிறேன்... மேலும் நான் சொல்லக் கூடியது எல்லாம், என்றாவது நீங்கள் என்னைக் காதலிப்பீர்களானால் எப்படி இருக்கும் என்பதுதான் - அது ஒன்றை மட்டும்தான் நான் கூற வேண்டும், அவ்வளவுதான்! நான் சொல்வதைக் கேளுங்கள், என் அன்புக்குரிய நாஸ்தென்கா - எது எப்படியானாலும் நீங்கள் என் அன்புக்குரியவள் தான் - நான் மிகச் சாதாரண மனிதன், பணம் இல்லாதவன், எவ்வகையிலும் பெயர் பெறாதவன், ஆனால் இதெல்லாம் முக்கியமல்ல (நான் ஏதேதோ பேசுகிறேன், நாஸ்தென்கா, என்னுடைய கூச்சம்தான் காரணம்), நான் சொல்ல விரும்புவது என்னவெனில், உங்களை நான் அப்படிக் காதலிப்பேன், அந்த இன்னொருவரையே, நான் அறியாத அவரையே நீங்கள் அதிகம் நாடினாலும்கூட, அவரே இனியும் உங்கள் பற்றுதலுக்கு உரியவராக இருந்தாலுங்கூட, என் காதலால் உங்களுக்கு எவ்விதத் தொல்லையும் உண்டாகாத வண்ணம் உங்களை நான் அப்படிக் காதலிப்பேன்; இணைபிரியாது எந்நேரமும் உங்களுடன் ஒட்டிக்கொண்டு ஓர் இதயம் இயங்குகிறது

என்பதைத் தவிர, நன்றியுணர்வுடைய நேசமும் பாசமும் கொண்ட ஓர் இதயம், என்றும் உங்களுக்கே உரியதாயிருந்து உங்களுக்காக எதுவும் செய்யத் தயாராயுள்ள ஓர் இதயம் உங்களுடன் இணைந்து இயங்குகிறது என்பதைத் தவிர வேறு எதுவும் உங்களுக்குத் தெரியாதபடி, நீங்கள் எதையும் உணர முடியாதபடி, அப்படி உங்களைக் காதலிப்பேன். நாஸ்தென்கா, நாஸ்தென்கா! நீங்கள் எனக்கு என்ன காரியம் செய்துவிட்டீர்கள்!..''

"நீங்கள் அழக்கூடாது, நீங்கள் அழுவதை நான் விரும்பவில்லை'' என்று கூறி நாஸ்தென்கா அவசரமாக

பெஞ்சிலிருந்து எழுந்தாள். "எழுந்திருங்கள், என்னுடன் வாருங்கள், அழாதீர்கள், நீங்கள் அழக்கூடாது'' என்று கைக்குட்டையை எடுத்து என் முகத்தில் வழிந்த கண்ணீரைத் துடைத்தாள். "எழுந்திருங்கள், வாருங்கள் போகலாம், உங்களுக்கு நான் ஏதாவது சொன்னாலும் சொல்வேன், வாருங்கள்... அவர் என்னைக் கைவிட்டு விட்டார், அவர் என்னை மறந்துவிட்டார், இன்னமும் நான் அவரைக் காதலிக்கிறேன் என்றாலுங்கூட (உங்களை ஏமாற்ற விரும்பவில்லை நான்)... ஆனால் நீங்கள் இதைச் சொல்லுங்கள், இதற்குப் பதில் சொல்லுங்கள். எனக்கு உங்கள் மீது காதல் ஏற்படுவதாக வைத்துக்கொள்ளுங்கள், அப்படி நேரும் பட்சத்தில், அப்பொழுது மட்டும்தான்... அடாடா! என் நண்பனே, இன்னரும் நண்பனே! எனக்கு நினைவு வருகிறது - உங்களது உள்ளத்தை எப்படி நான் புண்படுத்திவிட்டேன்! உங்களுடைய காதலை நையாண்டி செய்து சிரித்தேனே, என்மீது காதல் கொள்ளாததற்காக உங்களை மெச்சிப் புகழ்ந்தேனே - உங்கள் உள்ளம் அப்பொழுது எப்படி புண்பட்டிருக்கும்!.. வருவதை அறியாதவளாய் எப்படி இருக்க முடிந்தது என்னால்? எவ்வளவு பெரிய முட்டாளாய் இருந்திருக்கிறேன்!.. சரி, இப்பொழுது நான் ஒரு முடிவுக்கு வருகிறேன், யாவற்றையும் உங்களிடம் சொல்வதென்று முடிவு செய்கிறேன்.''

"இதைக் கேளுங்கள், நாஸ்தென்கா! நான் என்ன நினைக்கிறேன் தெரியுமா? உங்களை அமைதியாய் விட்டுவிட்டு நான் இங்கிருந்து போய்விட வேண்டும். நீங்கள் என்னைப் பார்த்துச் சிரித்தீர்கள். இன்று உங்கள் நெஞ்சு உறுத்த ஆரம்பித்துவிட்டது; அதை நான் விரும்பவில்லை, இல்லை, விரும்பவில்லை, உங்களுக்கு இருக்கும் துன்பம் போதாதா? நான் தவறிழைத்துவிட்டேன், நாஸ்தென்கா, நான் போய்வருகிறேன்!''

“போகாதீர்கள், போகாதீர்கள் - நான் சொல்வதைக் கொஞ்சம் கேளுங்கள்! சற்றுநேரம் காத்திருக்க முடியாதா உங்களால்!”

“காத்திருக்கவா - எதற்காக?”

“நான் அவரைக் காதலிக்கிறேன், ஆனால் அது போய் விடும், போயே ஆகவேண்டும், போகாமல் இருக்க முடியாது. அதோ போக ஆரம்பித்துவிட்டது, என்னால் உணரமுடிகிறது… யாருக்குத் தெரியும், இன்று இரவே அது மறைந்தாலும் மறையலாம், ஏனெனில் நான் அவரை வெறுக்கிறேன், ஏனெனில் என்னை அவர் அவ்வளவு கேவலமாக நடத்திவிட்டார், ஆனால் நீங்கள் எனக்காக அழுதீர்கள், என்னை நீங்கள் காதலிக்கிறீர்கள், அவர் செய்ததுபோல நீங்கள் என்னை நடுத்தெருவில் விட்டுவிலகிச் செல்லவில்லை, என்றுமே அவருக்கு என்மீது காதல் இல்லை - அது மட்டுமல்ல, நானும் உங்களைக் காதலிக்கிறேன்… ஆம், உண்மை அது! நீங்கள் என்னைக் காதலிக்கும் அதே அளவுக்கு நானும் உங்களைக் காதலிக்கிறேன்! முன்பே நான் இதைப் பற்றி உங்களிடம் சொன்னேன்; ஆம், உங்களுக்குத் தெரியும், நான் சொன்னேன் - நான் உங்களைக் காதலிக்கிறேன், ஏனெனில் அவரைக் காட்டிலும் நீங்கள் மிகவும் நல்லவர், கண்ணியமானவர், ஏனெனில், ஏனெனில்…”

பாவம் நாஸ்தென்கா, சமாளிக்க முடியாதபடி அப்படி உணர்ச்சி வயப்பட்டுவிட்டாள், அவளால் பேச முடியவில்லை. தலையை என் தோள் மீது சாய்த்துக் கொண்டாள், பிறகு மேலும் சாய்ந்து என் மார்புடன் அணைத்து வைத்துக்கொண்டு ஆற்ற மாட்டாதவளாகத் தேம்பி அழுதாள். நான் ஆறுதல் சொல்லிப்பார்த்தேன், அவளை அமைதிபெறச் செய்ய முயன்றேன். ஆனால் அழுகையை அவளால் கட்டுப்படுத்த முடியவில்லை. என் கையைப் பிடித்து அழுத்திக்கொண்டு விம்மல்களுக்கு இடையே மீண்டும் மீண்டும் கூறிக்கொண்டிருந்தாள்: “ஒரேயொரு கணம், சரியாகிவிடும்! இதை உங்களுக்குச் சொல்ல விரும்புகிறேன்… இந்தக் கண்ணீரை நீங்கள் பொருட்படுத்தக் கூடாது - பலவீனம் தான் இப்படி நான் அழுகிறேன், ஒரே கணத்தில் யாவும் சரியாகிவிடும்…” முடிவில் அவளுடைய விம்மல் நின்றது, கண்ணீரைத் துடைத்துக்கொண்டாள், நாங்கள் மேலும் நடக்கலானோம். நான் பேச வாய் எடுத்தேன், ஆனால் சற்று நேரம் காத்திருக்கும்படி அவள் என்னை வேண்டினாள். இருவரும் மௌனமாகிவிட்டோம்… அதன் பின் அவள் ஒருவாறு அமைதியடைந்து மீண்டும் பேச ஆரம்பித்தாள்:

“நான் நிலையற்றவளாக, சபல புத்தி கொண்டவளாக இருப்பதாய் நினைக்கக்கூடாது நீங்கள்” என்று மெலிந்து அதிர்ந்த குரலில் கூறினாள். ஆனால் திடுமென அவள் குரலில் ஒலித்த ஏதோ ஒன்று நேரே என் இதயத்தை துளைத்துச் சென்று அங்கே துள்ளிக் குதித்து இனிய வலியை உண்டாக்கிற்று. “எளிதில், விரைவில் மறந்துவிடக்கூடியவள், அல்லது நம்பிக்கை துரோகம் புரியக்கூடியவள் என்பதாக நீங்கள் நினைக்கக்கூடாது... ஓராண்டு முழுவதும் நான் அவரைக் காதலித்து வந்தேன், கடவுள் சாட்சியாகச் சொல்கிறேன், என் சிந்தனையிலுங்கூட ஒருபோதும் அவருக்குத் தவறிழைத்ததில்லை. என்னுடைய இந்த விசுவாசத்தை அவர் அவமதித்துவிட்டார், என்னை ஏளனம் செய்து விட்டார் - அவர் கிடக்கிறார் விடுங்கள்! என் மனதைப் புண்படுத்திவிட்டார், என் காதலைக் கேவலப்படுத்திவிட்டார். நான்... நான் அவரைக் காதலிக்கவில்லை, பெருந்தன்மையும் நல்லுணர்வும் கண்ணியமும் உடையவரைத்தான் என்னால் காதலிக்க முடியும், ஏனெனில் நான் இவை யாவும் உடையவள். அவர் எனக்கு ஏற்றவர் அல்ல, என்னை அடைவதற்குரிய தகுதியில்லாதவர் - கிடக்கிறார் விடுங்கள்! அவர் செய்ததும் நல்லதுதான், பிற்பாடு அவருடைய மெய்யுருவை நான் தெரிந்துகொண்டு ஏமாற நேர்வதைக் காட்டிலும் இது எவ்வளவோ நல்லதுதான்... இப்பொழுது அதெல்லாம் முடிந்து தீர்ந்து போன காரியம்! ஆனால் யார் அறிவார், என் அருமை நண்பரே” என்று அவள் தன் விரல்களால் என் விரல்களை அணைத்துப் பற்றிக் கொண்டாள். “யார் அறிவார், அவர்மீது எனக்கு இருந்த காதலே வெறும் போலிப் பிரமைதானோ, என் கற்பனையின் விளையாட்டு தானோ என்னவோ? பாட்டியின் பார்வையிலிருந்து விலக முடியாதவாறு இருத்தி வைக்கப்பட்டிருந்ததை எதிர்த்து நான் புரிந்த கலகத்திலும் அசட்டுக் குறும்பிலும் பிறந்ததோ என்னமோ? என் காதலுக்கு உரியவர் அவரல்ல, நான் காதலிக்க வேண்டியவர் வேறொருவராக இருக்கலாம். ஆம், எனக்குரியவர் வேறு வகையானவர், என்மீது பரிதாபம் கொள்ளக்கூடியவர், என்பால்... சரி, போதும்! அது பற்றி பேச வேண்டாம் விடுங்கள்!” என்று அவள் பரபரப்புற்று மூச்சுத் திணறியவாறு திடுமெனக் கூறினாள். “நான் சொல்ல விரும்பியது இதுதான்... உங்களிடம் நான் சொல்ல விரும்பியது என்னவெனில், நான் அவரைக் காதலிக்கிறேன் என்ற போதிலும் (இல்லை, காதலித்தேன் என்ற போதிலும்), நீங்கள் திரும்பவும் கூறுவீர்களானால்... உங்களுடைய காதல் மெய்யாகவே அந்த இன்னொன்றை என் இதயத்திலிருந்து

அகற்றி விடும் அளவுக்கு அவ்வளவு சக்தி மிக்கதாய் இருக்குமென்று நீங்கள் நினைத்தீர்களானால்... நீங்கள் எனக்கு இரக்கம் காட்ட விரும்புவீர்களானால், என்னை ஆற்றாத் துயருற்றவளாய், நம்பிக்கை இழந்தவளாய், திக்கற்றவளாய்த் தன்னந்தனியே நடுத்தெருவில் விட்டுவிட விரும்ப மாட்டீர்களானால், இப்பொழுது நீங்கள் என்னைக் காதலிப்பது போலவே என்றென்றும் என்னைக் காதலிக்க விரும்புவீர்களானால், நான் சத்தியம் செய்து தருகிறேன்: என்னுடைய நன்றியுணர்வு.... என்னுடைய காதல் உங்களுடைய காதலுக்கு ஒத்த சிறப்புடையதாக இருக்கும்... இப்பொழுது நீங்கள் என்னை ஏற்று என் கையைப் பிடித்துக் கொள்வீர்கள்?"

"நாஸ்தென்கா!" விம்மல்கள் என் தொண்டையை அடைக்க நான் கூறினேன். "நாஸ்தென்கா! நாஸ்தென்கா!"

"போதும், போதும்! இவ்வளவு போதும்!" பேச முடியாமல் பேசினாள் அவள். "சொல்ல வேண்டியவை யாவற்றையும் சொல்லிவிட்டோம், இல்லையா? உங்களுக்கு இப்பொழுது ஆனந்தமாக இருக்கிறது, எனக்கும் அப்படித்தான் இருக்கிறது. இது குறித்து மேற்கொண்டு ஒரு வார்த்தை பேசவேண்டாம், இப்பொழுது வேண்டாம், எனக்குக் கருணை காட்டுங்கள்!.. உங்களுக்குப் புண்ணியம் உண்டு, வேறு எதையாவது பற்றிப் பேசுங்கள்!"

"ஆம், நாஸ்தென்கா! இது போதும், இப்பொழுது எனக்கு ஆனந்தமாகத்தான் இருக்கிறது. நான்... ஆம், வேறு எதையாவது பற்றிப் பேசுவோம். நாஸ்தென்கா, பேசுவதற்கு வேறு எதாவது ஒன்றைச் சீக்கிரமாகத் தேடிப்பிடித்துக் கொள்வோம், ஆம்! நான் தயார்..."

பேசுவதற்கு எங்களுக்கு வேறு ஒன்றும் கிடைக்கவில்லை. சிரித்துக்கொண்டோம், அழுது கண்ணீர்விட்டோம். அர்த்தமின்றி, தொடர்பின்றி ஏதேதோ பேசினோம். ஆற்றங்கரையில் மேலும் கீழுமாய் நடந்து சென்றோம், அல்லது திடுமெனத் திரும்பி, வந்த வழியிலே நடந்தோம், எதிர்ப் பக்கத்துக்குப் போகலாமென்று சாலையின் குறுக்கே சென்றோம், பிறகு வேண்டாமென்று திரும்பி, ஆற்றங்கரைக் கிராதிக்கு வந்தோம். குழந்தைகளாக நடந்துகொண்டோம்...

"இப்பொழுது நான் ஒண்டியாய் இருக்கிறேன், ஆனால் நாளைக்கு..." என்று ஆரம்பித்தேன். "நான் ஏழைதான், உங்களுக்குத்

தெரியும். நாஸ்தென்கா, எனக்குக் கிடைப்பதெல்லாம் ஆண்டுக்கு ஆயிரத்து இருநூறுதான். ஆனால் இது ஒரு பெரிய பிரச்சினை அல்ல…"

"ஆமாம், இது பெரிய பிரச்சினை அல்ல. அப்புறம் பாட்டிக்குப் பென்ஷன் கிடைக்கிறது, ஆகவே நமக்கு அது சுமையாய் இருக்காது. பாட்டியை நம்முடன் வைத்துக் கொள்வோம்."

"நிச்சயமாகப் பாட்டியை நம்முடன் தான் வைத்துக் கொள்ள வேண்டும்… பிறகு மத்திரியோனா இருக்கிறாள்…"

"ஆம், எங்கள் ஃபியோக்லா வேறு இருக்கிறாள்!"

"மத்திரியோனா ரொம்ப நல்லவள், அவளுக்குள்ள ஒரேயொரு குறை என்னவென்றால் கற்பனைத் திறன் இல்லாதவள், கடுகளவுகூட இல்லாதவள். அதனால் என்ன, பரவாயில்லை…"

"அதனால் என்ன? இருவருமாய்ச் சேர்ந்து இருப்பார்கள். ஆனால் நாளைக்கே நீங்கள் வீட்டை மாற்றிக்கொண்டு எங்கள் வீட்டுக்குக் குடி வந்துவிடுங்கள்."

"என்ன? உங்களுடைய வீட்டுக்கா? நல்லது, அப்படியே வந்துவிடுகிறேன்…"

"ஆம், எங்கள் வீட்டில் நீங்கள் குடியிருக்கலாம். எங்கள் மச்சு அறை இப்பொழுது காலியாகத்தான் இருக்கிறது. பிரபுக் குலத்தைச் சேர்ந்த வயதான அம்மாள் அதில் இருந்து வந்தாள்; இப்பொழுது காலி செய்துகொண்டு போய்விட்டாள். இளைஞனாகப் பார்த்துக் குடி வைத்துக் கொள்ள வேண்டுமென்று பாட்டி நினைக்கிறது, எனக்குத் தெரியும். 'ஏன் இளைஞனாக இருக்க வேண்டும் என்கிறாய்?' என்று நான் கேட்டேன். 'நான் தள்ளாத கிழவியாகி வருகிறேன், அதனால்தான்; ஆனால், நாஸ்தென்கா, உனக்கு மணம் முடிப்பதற்காக நான் மாப்பிள்ளை தேடுவதாக மனக்கோட்டை கட்ட ஆரம்பித்துவிடாதே நீ?' என்றாள் பாட்டி. உடனே பாட்டியின் திட்டத்தை நான் புரிந்து கொண்டுவிட்டேன்."

"ஹ-… ஹா, நாஸ்தென்கா!"

இருவரும் சிரிக்கத் தொடங்கினோம்.

"சரி போதும்! நீங்கள் எங்கே குடியிருக்கிறீர்கள்? அதைக் கேட்க மறந்துவிட்டேனே."

"அங்கேதான், பாலத்துக்கு அருகே, பரான்னிக்கவ் வீட்டில்."

“அது ரொம்பப் பெரிய வீடாயிற்றே.”

“ஆம், பெரிய வீடுதான்.”

“எனக்குத் தெரியும், அது நல்ல வீடு. இருந்தபோதிலும் அங்கிருந்து காலி செய்து கொண்டு, எங்கள் வீட்டுக்கு வந்து விடுங்கள்.”

“பொழுது விடியட்டும், நாஸ்தென்கா, நாளைக்கே வந்து விடுகிறேன். கொஞ்சம் வாடகை பாக்கி இருக்கிறது, அதனால் பரவாயில்லை... சம்பளத் தேதிதான் வந்துவிட்டதே...”

“நான் பாடம் சொல்லிக் கொடுத்துக் கொஞ்சம் சம்பாதிக்கலாமென்று பார்க்கிறேன், தெரியுமா? அதாவது மேலும் படித்து முடித்துவிட்டு, பிறகு பாடம் சொல்லிக் கொடுப்பேன்.”

“சபாஷ், அப்படித்தான் செய்யவேண்டும்... எனக்கும் சீக்கிரத்தில் ஊழிய வெகுமதித் தொகை கிடைக்கப் போகிறது, நாஸ்தென்கா...”

“சரி, நாளைக்கே எங்கள் வீட்டுக்கு குடி வந்துவிடுங்கள்.”

“வந்துவிடுகிறேன், பிறகு நாம் செவில் நகர முடியொப்பனை யாளன் நாடகம் பார்க்கப் போவோம், விரைவில் இந்த நாடகம் திரும்பவும் தொடங்கப் போகிறது.”

“ஓ, போகலாமே” என்று சிரித்துக்கொண்டாள் நாஸ்தென்கா. “வேண்டாம், முடியொப்பனையாளன் வேண்டாம், வேறு எதற்காவது போவோம்...”

“அது சரிதான், வேறு எதற்காவது போகலாம்; அது தான் நல்லது, ஆலோசிக்காமல் அவசரப்பட்டுச் சொல்லி விட்டேன்.”

இப்படிப் பேசி, நாங்கள் இருவரும் போதை கொண்டவர் களைப் போல, மதிமயங்கிய நிலையில் சுற்றித் திரிந்தோம், என்ன செய்கிறோம் என்ற நினைவில்லாமலே அலைந்து கொண்டிருந்தோம். ஓரிடத்தில் வந்து நின்று நெடுநேரம் பேசுவோம், அல்லது திரும்பவும் நடக்க ஆரம்பித்து எங்கு செல்கிறோம் என்பது அறியாமலே போய்க் கொண்டிருப்போம், மீண்டும் சிரிப்போம், கண்ணீர் வடிப்போம்... அல்லது வீட்டுக்குப் போக வேண்டுமென நாஸ்தென்கா திடுமென விரும்புவாள், மேலும் அவளை இருக்கச் சொல்ல எனக்குத் துணிவு இருக்காது, நேரே அவள் வீட்டு வாயிற்படி வரை கொண்டு போய் விடுகிறேன் என்பேன்;

இருவருமாக உடனே புறப்படுவோம், ஆனால் கால் மணிக்குப் பிற்பாடு மீண்டும் நாங்கள் ஆற்றங்கரைக்குத் திரும்பி வந்து எங்களுடைய பெஞ்சில் உட்கார்ந்து கொண்டுவிட்டதைக் கண்டு வியப்படைவோம். அல்லது திடுமென அவள் பெருமூச்செறிவாள், அவளுடைய கண்களில் கண்ணீர்த் துளிகள் பளிச்சிடும், எனக்கு உள்ளம் ஒடுங்கிவிடும், என் இரத்தமே உறைந்துவிட்டது போல் இருக்கும்... ஆனால் அடுத்த கணமே அவள் என் கையைப் பிடித்து இழுத்துத் தன்னுடன் அழைத்துச் செல்வாள், மீண்டும் ஏதேதோ பேசியவாறு நடக்க ஆரம்பித்து விடுவோம்...

“நேரமாகிவிட்டது, நான் வீட்டுக்குப் போக வேண்டும். இரவு நெடுநேரமாகிவிட்டது” என்று நாஸ்தென்கா முடிவில் கூறினாள். “நேரம் தெரியாமல் இப்படிச் சிறுபிள்ளைகளாகச் சுற்றியது போதும்!”

“ஆம், நாஸ்தென்கா, நேரமாகிவிட்டது, ஆனால் இனி எனக்குத் தூக்கம் வராது, நான் என் அறைக்குப் போகப் போவதில்லை.”

“எனக்கும் தூக்கம் வருமென்று நினைக்கவில்லை, ஆயினும் என்னை வீட்டுக்கு அழைத்துச்செல்லுங்கள்...”

“இதோ அழைத்துச் செல்கிறேன்!”

“இம்முறை நாம் தவறாமல் நேரே வீட்டுக்குச் சென்றாக வேண்டும்.”

“நிச்சயமாய்ப் போய்விடுவோம்.”

“உறுதியாகச் சொல்கிறீர்களா? ஏனெனில் எப்படியும் ஒரு நேரம் நான் வீட்டுக்குத் திரும்பியாக வேண்டும் பாருங்கள்!”

“வாக்கு அளிக்கிறேன்” என்று சிரித்தவாறு பதிலளித்தேன்.

“சரி, வாருங்கள் போவோம்!”

“சரி.”

“வானத்தைப் பாருங்கள், நாஸ்தென்கா, அங்கே பாருங்கள்! நாளைக்குப் பொழுது அருமையாய் இருக்கும்! சந்திரனைப் பாருங்கள், வானம் எவ்வளவு தூய நீலமாய் இருக்கிறது பாருங்கள்! மஞ்சள் மேகம் சந்திரன் மீது மெல்லத் தவழுகிறது பாருங்கள், அதோ பாருங்கள்! இல்லை, நகர்ந்து சென்றுவிட்டது. இப்பொழுது பாருங்கள், அதோ பாருங்கள்!.”

ஆனால் நாஸ்தென்கா மேகத்தைப் பார்க்கவில்லை, அப்படியே கல்லாய்ச் சமைந்துபோய் வாய் பேசாமல் நின்றாள். பிறகு அச்சத்துடன் என்னுடன் அவள் ஒண்டிக் கொண்டதையும், நான் பிடித்திருந்த அவளுடைய கை நடுங்கியதையும் உணர்ந்தேன் நான் அவள் பக்கம் திரும்பி அவளைப் பார்த்தேன். என் கரத்தை மேலும் பலமாய் அழுத்திக்கொண்டு அவள் என்மீது சாய்ந்து விட்டாள்.

இளைஞன் ஒருவன் எங்களைக் கடந்து சென்றான். திடுமென நின்று எங்களை உற்றுப் பார்த்தான், பிறகு தொடர்ந்து நடந்தான். எனக்குப் 'பகீர்' என்றது.

"நாஸ்தென்கா" என்றேன் மெல்லிய குரலில், "அது யார், நாஸ்தென்கா?"

"அவர்தான்!" என்று முணுமுணுக்கும் குரலில் கூறியவாறு அவள் முன்னிலும் நெருக்கமாய், முன்னிலும் நடுக்கமுற்றவளாய் என்னுடன் ஒண்டிக் கொண்டாள். எனக்குக் கால்கள் நடுங்கின, நிற்க முடியாமல் தடுமாறினேன்.

"நாஸ்தென்கா! நாஸ்தென்கா! நீதானா!" என்று எங்களுக்குப் பின்பக்கத்திலிருந்து ஒரு குரல் ஒலிக்கக் கேட்டோம், அதே கணத்தில் அந்த இளைஞன் இரண்டொரு தப்படிகள் எங்களை நோக்கி நடந்தான்.

அடக்கடவுளே! எப்படிக் கூச்சலிட்டுத் துணுக்குற்று விட்டாள்! என் கரங்களிலிருந்து எப்படிப் பிய்த்துக் கொண்டு அவனிடம் பறந்தோடினாள்!.. அவர்கள் இருவரையும் பார்த்தவாறு உடல் முழுவதும் ஒடுங்கிப் போய் நான் நின்று கொண்டிருந்தேன். ஆனால் அவள் அவனுக்குக் கை கொடுத்து அவனுடைய அரவணைப்பினுள் பாய்ந்த அதே கணத்தில் திடுமெனத் திரும்பி என்னைப் பார்த்தாள்; உடனே மின்னல் வேகத்தில் காற்றென ஓடோடி மீண்டும் என்னை வந்தடைந்து, நான் என்ன நடைபெறுகிறது என்பதை உணருமுன் தன் கரங்களால் என் கழுத்தைக் கட்டிக் கொண்டு அடங்காத ஆர்வத்தோடும் ஆசையோடும் என்னை முத்தமிட்டாள். பிறகு ஒரு வார்த்தைக்கூடப் பேசாமல் திரும்பவும் அவனிடம் பாய்ந்தோடி அவன் கைகளைப் பற்றிக் கொண்டு அவனைத் தன்னுடன் அழைத்துச் சென்றாள்.

அவர்கள் செல்வதைப் பார்த்தவாறு நெடுநேரம் நான் நின்று கொண்டிருந்தேன்... முடிவில் அவர்கள் இருவரும் என் பார்வையிலிருந்து மறைந்தனர்.

காலை

எனது இரவுகள் மறுநாள் காலையுடன் முடிவுற்றன. பொழுது அழுது விடிந்தது. மழை பெய்தது, சன்னலில் சோகமாய்ச் சடசடத்தது. என்னுடைய சிறிய அறையினுள் இருட்டாக இருந்தது, வானம் கறுத்திருந்தது. எனக்குத் தலை வலித்துக் கிறுகிறுத்தது; என் உடல் காய்ச்சலினால் கொதித்தது.

“இதோ ஒரு கடிதம் வந்திருக்கிறது, தபால்காரன் கொண்டு வந்தான், தபாலில் வந்திருக்கிறது” என்று, என் அருகே வந்து நின்றுகொண்டு மத்திரியோனா கூறினாள்.

“கடிதமா? யாரிடமிருந்து?” என்று நான் நாற்காலியிலிருந்து துள்ளியெழுந்தேன்.

“எனக்குத் தெரியாது; வாங்கிப் பார்; யார் எழுதியது என்று அதில் இருந்தாலும் இருக்கும்.”

முத்திரையைப் பிரித்தேன். அவள் தான் எழுதியிருந்தாள்!

“என்னை மன்னிக்க வேண்டும், நீங்கள் என்னை மன்னிக்க வேண்டும்” என்று நாஸ்தென்கா எழுதினாள். “மண்டியிட்டு கேட்டுக்கொள்கிறேன், நீங்கள் என்னை மன்னிக்க வேண்டும்! என்னையும் ஏமாற்றிக்கொண்டேன், உங்களையும் ஏமாற்றிவிட்டேன். அது ஒரு கனவு,

பொய்த் தோற்றம். உங்களை நினைத்து உள்ளம் பதறுகிறேன், மன்னித்துவிடுங்கள், மன்னித்துவிடுங்கள் என்னை!..”

“என்மீது கோபப்படாதீர்கள், உங்கள்பால் என் உணர்ச்சிகள் எவ்விதத்திலும் மாறிவிடவில்லை; உங்களைக் காதலிப்பேன் என்று சொன்னேன், உங்களைக் காதலிக்கவே செய்கிறேன், காதலிலும் உயர்வான பாசம் கொண்டுள்ளேன்! தெய்வமே! உங்கள் இருவரையும் ஒருங்கே காதலிக்க முடிந்தால் எப்படி இன்புறுவேன்! நீங்கள் அவராக இருக்கக்கூடாதா!”

“அவர் நீங்களாக இருக்கக்கூடாதா!” - அந்த நினைவு என் மனதில் பளிச்சிட்டுச் சென்றது. நாஸ்தென்கா, முன்பு நீ கூறிய அச்சொற்களை நினைத்துக் கொண்டேன்!

“உங்களுக்காக இப்பொழுது நான் எது வேண்டுமானாலும் செய்வேன், உண்மை இது, தெய்வம் அறியும்! நீங்கள் வருந்துகிறீர்கள், வேதனைப்படுகிறீர்கள் என்பது எனக்குத் தெரியும். நான் உங்களுக்குத் தவறிழைத்துவிட்டேன், ஆனால் காதலிப்பவர் தவறை எளிதில் மறந்து மன்னித்துவிடுவார் என்பது உங்களுக்குத் தெரியும். நீங்கள் என்னைக் காதலிப்பவர்!”

“உங்களுக்கு எனது உளம் கனிந்த நன்றி! உங்களுடைய காதலுக்காக எனது நன்றி. ஏனெனில் விழித்தெழுந்த பிறகும் நெடுநேரம் நினைவில் நிலைத்திருக்கும் இனிய கனவுபோல உங்கள் காதல் என் உள்ளத்தில் ஆழப் பதிந்திருக்கிறது; ஏனெனில் அப்படிக் கபடமின்றிச் சோதரனைப் போல உங்களது உள்ளத்தில் உள்ளதை மறைக்காமல் எனக்குத் தெரிவித்தீர்கள், அப்படித் தயாள சிந்தையோடு எனது உடைந்த உள்ளத்தை வெகுமதியாய் ஏற்று அதைப் பேணிக் காக்கவும் அன்பு செலுத்தி அதை மீண்டும் நலம்பெறச் செய்யவும் முன்வந்தீர்கள். நீங்கள் என்னை மன்னிப்பீர்களானால் உங்களைப் பற்றிய என் நினைவு மேலும் உன்னதமாகிவிடும், என்றென்றும் உங்களுக்கு நான் செலுத்தும் நன்றியால், எந்நாளும் என் இதயத்தைவிட்டு நீங்காது நிலைத்திருக்கும் நன்றிவுணர்வால் மேலும் புனிதமடைந்துவிடும். இந்த நினைவை நான் கண்ணின் கருமணியெனப் பாதுகாப்பேன், அதற்கு விசுவாசம் செலுத்துவேன், அதற்குக் களங்கம் உண்டாக்க மாட்டேன், என் இதயத்திற்கு முரணாக எதுவும் செய்ய மாட்டேன், என் இதயம் நிலை மாறாதது. நேற்று இரவு எவ்வளவு வேகமாக ஓடி அது தனக்குரியவரைச் சென்றடைந்தது!”

“நாம் சந்திப்போம், நீங்கள் எங்களிடம் வந்து செல்வீர்கள், எங்களை நீங்கள் கைவிட்டுவிட மாட்டீர்கள், என் நண்பனாக, என் சோதரனாக எந்நாளும் இருப்பீர்கள்... என்னை பார்க்கும் பொழுது எனக்கு உங்களது கையைத் தருவீர்கள், இல்லையா? நிச்சயம் தருவீர்கள் உங்களது கையை, என்னை நீங்கள் மன்னித்து விட்டீர்கள், இல்லையா? முன்பு போலவே என்னைக் காதலிக்கிறீர்கள், இல்லையா?”

“ஆம், என்னை நீங்கள் காதலிக்க வேண்டும், என்னை நீங்கள் கை விட்டுவிடக் கூடாது, ஏனெனில் இத்தருணத்தில் உங்களை நான் அப்படி நேசிக்கிறேன், உங்கள் காதலுக்கு ஏற்றவள் நான், என்றும் ஏற்றவளாயிருக்கவே விரும்புகிறேன்... அருமையிலும் அருமையான என் நண்பரே! அடுத்தவாரம் நான் அவரை மணம் புரிந்து கொள்ளப்போகிறேன். அவர் திரும்பி வந்துவிட்டார், என்மீது காதல் கொண்டவராகவே இருக்கிறார், என்னை அவர் மறக்கவே இல்லை.... அவரைப் பற்றி எழுதுவதற்காக நீங்கள் கோபம் கொள்ள மாட்டீர்கள். அவரையும் அழைத்துக்கொண்டு உங்களிடம் வர விரும்புகிறேன்; உங்களுடைய நட்பு அவருக்குக் கிடைக்கும், இல்லையா?”

“நீங்கள் மன்னிக்க வேண்டும், மறவாதிருக்க வேண்டும், காதலிக்க வேண்டும், உங்களுடைய

நாஸ்தென்காவை.”

இந்தக் கடிதத்தைத் திரும்பத் திரும்பப் படித்தேன், என் கண்களில் கண்ணீர் ததும்பிற்று. கடிதம் என் விரல்களிலிருந்து நழுவி விழுந்தது, முகத்தை என் கைகளில் புதைத்துக் கொண்டேன்.

“கண்ணா, இதைப் பார்! கண்ணா!” என்றாள் மத்திரியோனா.

“என்ன அது?”

“இதோ பார், ஒட்டடை எல்லாம் அடித்துச் சுத்தம் செய்துவிட்டேன். திருமண விருந்தோ, வரவேற்போ அளிக்க விரும்புவாயானால் யாவும் தக்கபடி இருக்கின்றன, அப்பழுக்கின்றி அப்படிச் சுத்தம் செய்து வைத்திருக்கிறேன்...”

நான் மத்திரியோனாவை உற்றுப் பார்த்தேன். இன்னமும் அவள் திடகாத்திரமான ‘இளங்’ கிழவியாகவே இருந்தாள். ஆனால் ஏனோ தெரியவில்லை, திடுமென அவள் தொண்டு கிழமாகக்

கூனிப்போய், கண்கள் ஒளியிழந்து, முகத்தில் சுருக்கங்கள் விழுந்து என் எதிரே நிற்பதாக எனக்குத் தோன்றிற்று... ஏனோ தெரியவில்லை, திடுமென என்னுடைய அறையுங்கூட மத்திரியோனாவைப் போலவே கிழடாகிவிட்டதாகத் தோன்றியது. தரையும் சுவர்களும் சாயம் போய்ச் சோபையற்றதாகிவிட்டதாகவும், யாவும் மங்கிப் போய்விட்டதாகவும், ஒட்டடை என்றையும்விட அடையாய்த் தொங்கியதாகவும் நினைத்தேன். ஏனோ தெரியவில்லை, சன்னல் வழியே வெளியே பார்த்தபோது எதிர்வீடும் மிகப் பழையதாகிவிட்டதாகவும், தூண்களிலிருந்து காரை சில்லுச் சில்லாய்ப் பெயர்ந்து விழுந்துவிட்டதாகவும், சுவர் பிதுக்கங்கள் கருகிப்போய் வெடித்துவிட்டதாகவும், பளபளப்பான மஞ்சள் சுவர்கள் அழுக்கேறித் திட்டுத் திட்டாகக் கரை படிந்துவிட்டதாகவும் நினைத்தேன்...

திடீரென மேகத் திரளுக்கிடையிலிருந்து பளிச்சிட்டு வீசிய கதிரவனது ஒளிக் கற்றை மீண்டும் கரு மேகத்தின் பின்னே மறைந்து கொண்டுவிட்டதால் யாவும் என் கண்ணெதிரே திரும்பவும் மங்கி இருளடைந்துவிட்டது போலத் தோன்றியிருக்கலாம். அல்லது எனது வருங்கால வாழ்க்கை முழுதும் அப்படி வெறிச்சோடிப் போய், சோகமாய் என் எதிரே கண்ணுக்கெட்டிய தொலைவுக்கு விரிந்து சென்றதாலும் இப்படித் தோன்றியிருக்கலாம்; தற்போது நான் இருக்கும் அதே நிலையில், சரியாகப் பதினைந்து ஆண்டுகளுக்குப் பிறகு வயதான கிழவனாக, பழைய அதே அறையில் எப்பொழுதும் போலத் தன்னந்தனியனாக, ஓடிமறைந்த ஆண்டுகளின் விளைவாக எவ்வகையிலும் கெட்டிக்காரியாகிவிடாத வயதான அதே மத்திரியோனாவுடன் இருப்பதைக் கண்ணுற்றதாலும் இப்படித் தோன்றியிருக்கலாம்.

ஆனால், நாஸ்தென்கா, எனது புண்களை நான் கிண்டிவிட்டுக் கொண்டு துயரப்படலாமா - கூடாது! தூய்மையான, ஆனந்தமான உன்னுடைய இன்பத்தை நான் துயரத்தின் மேகத்தைக் கொண்டு களங்கப்படுத்த மாட்டேன்; மனங்கசந்து குறை கூறி உன் இதயத்தில் சோகத்தைத் தலைகாட்டச் செய்ய மாட்டேன்; மனசாட்சியின் இரகசிய உறுத்தலால் உன் இதயத்தைத் துன்புறச் செய்யமாட்டேன்; பொங்கும் இன்பத்திலே திளைத்திடும் உன் இதயத்தை வேதனையால் வதங்கச் செய்யமாட்டேன்; அவனுடன் சேர்ந்து நீ மணமேடைக்குச் சென்றபோது உனது கருங்குழலில் நீ சூடியிருந்த அந்த இன்னரும் மலர்களில் ஒன்றையேனும் கசக்கி

விழச் செய்யமாட்டேன் - மாட்டவே மாட்டேன்! உன் வானம் என்றும் நிர்மலமாய் ஒளிர்வதாக, உனது இனிய புன்னகை துன்பத்தால் தீண்டப்பெறாது என்றும் ஒளி வீசுவதாக; தனிமையான, நன்றி நிறைந்த ஓர் இதயத்துக்குக் கணப் பொழுதுக்கு ஆனந்தமும் இன்பமும் அளித்தாய் அல்லவா, அதற்காக என்றென்றும் இறைவன் உனக்கு அருள் புரிவாராக!

என் தெய்வமே! முழுதாய் ஒரு கணப் பொழுதுக்கல்லவா ஆனந்த இன்பம் கிட்டிற்று! போதாதா அது, ஓர் ஆயுட்காலம் முழுமைக்கும் அது போதாதா?..

1848.

தமிழில் ரா. கிருஷ்ணய்யா